AF518488

ഗ്രീൻ ബുക്സ്

ഗണിതം രസിക്കാം പഠിക്കാം

ടി.കെ. കൊച്ചുനാരായണൻ

കഥാകൃത്ത്, ശാസ്ത്രസാഹിത്യ പ്രവർത്തകൻ. 1945ൽ പാലക്കാട് ജില്ലയിലെ ഒറ്റപ്പാലത്ത് ജനനം. കേരള ശാസ്ത്ര സാഹിത്യ പരിഷത്ത് അംഗം, സംസ്ഥാന ഭാഷാ ഇൻസ്റ്റിറ്റ്യൂട്ട് ഡയറക്ടർ ബോർഡ് അംഗം, സി-ഡിറ്റിൽ ചീഫ് പ്രൊഡ്യൂസർ തുടങ്ങി വിവിധ മേഖലകളിൽ സേവനമനുഷ്ഠിച്ചു. ശാസ്ത്രവിഷയങ്ങളുമായി ബന്ധപ്പെട്ട് നിരവധി ടി.വി., റേഡിയോ പരിപാടികൾ തയ്യാറാക്കി. ഗണിതശാസ്ത്രത്തിൽ പ്രത്യേക വൈദഗ്ദ്ധ്യം. കൃതികൾ: *കണക്ക് എരിവും പുളിയും, ചീരാപ്പ് കഥകൾ, ഉയരങ്ങളിലെ നോക്കുകുത്തി.* 101 കുസൃതിക്കണക്കുകൾ, കുസൃതിക്ക്വിസ്, കൂടാതെ ഇരുപതിലേറെ ശാസ്ത്ര പുസ്തക ങ്ങളും രചിച്ചിട്ടുണ്ട്.

വിലാസം: *വൈശാഖം, സെന്റ്മേരീസ് ലെയിൻ, പട്ടം, തിരുവനന്തപുരം.*

ഗണിതം രസിക്കാം പഠിക്കാം

ടി.കെ. കൊച്ചുനാരായണൻ

ഗ്രീൻ ബുക്സ്

green books private limited
little road, ayyanthole, thrissur- 680 003
ph: 0487-2361038
website: www.greenbooksindia.com
e-mail: info@greenbooksindia.com

(malayalam)
ganitham rasikkam padikkam
(children's mathematics)
by
t.k. kochunarayanan

first published september 2010
reprinted september 2012

cover illustration: p v krishnan
cover design: rajesh chalode

branches:
thrissur 0487-2422515
palakkad 0491-2546162
kannur 0497-2763038

isbn : 978-81-8423-192-2

GBPL/337/2010/rp[1]

ചോദ്യങ്ങൾ

1. ജന്മദിനപ്രശ്നം

ക്ലാസ് ടീച്ചർ ആയതിനാൽ രമണി അന്ന് കുട്ടികൾക്കെല്ലാം മിഠായി കൊടുത്തു. കുറച്ചു ബാക്കിയും ഉണ്ട്. അതു നുണഞ്ഞുകൊണ്ടിരിക്കുമ്പോൾ അവർ പറഞ്ഞു:

'ഇന്നെന്റെ 31-ാമത് ജന്മനക്ഷത്രമാണ്. അഞ്ച് വർഷമായി ഞാൻ ഈ സ്ക്കൂളിൽ പഠിപ്പിക്കുന്നു. ഇതെന്റെ മൂന്നാമത്തെ ജോലിയുമാണ്.'

കുട്ടികൾക്കപ്പോഴെ പിടികിട്ടി രമണിടീച്ചർ എന്തോ ഒരു ട്രിക്ക് പറയുവാൻ പോകുകയാണെന്ന്. എല്ലാവരും തയ്യാറായിട്ടിരുന്നു. വീട്ടിൽ ചെന്ന് 'ആളാവാൻ' ഒരെണ്ണം കൂടി ആയല്ലോ എന്നു തോന്നി കുമാരന്. ടീച്ചർ തുടർന്നു.

'എന്റെ കഥ പോകട്ടെ. 3, 5, 31 എന്നീ സംഖ്യകൾ നിങ്ങൾ കേട്ടില്ലേ. ഇനി നമ്മുടെ തമാശച്ചോദ്യം. 3 എന്ന സംഖ്യ 5 തവണ മാത്രം ഉപയോഗിച്ച് 31 കിട്ടുന്ന ഒരു വഴിയുണ്ട്. എന്താണെന്നു പറയാമോ? അഞ്ചു മിനിട്ട് സമയം. ഉത്തരം ഒരു തുണ്ടു കടലാസിൽ എഴുതിത്തരണം. ശരിയാകുന്നവർക്കൊക്കെ ബാക്കിയുള്ളതിൽ നിന്ന് ഓരോ മിഠായി കൂടി തരാം.'

എല്ലാവരും കൃത്യസമയത്തുതന്നെ ഉത്തരം എഴുതിയ കടലാസ് മടക്കിക്കൊടുത്തു. കുമാരനു മാത്രമേ മിഠായി കിട്ടിയുള്ളൂ എങ്കിൽ എന്തായിരുന്നിരിക്കാം ആ ഉത്തരം?

2. ഏഴും നൂറും

അധ്യാപകൻ, ഒരു ദിവസം ബോർഡിൽ ഇങ്ങനെ കുറിച്ചിട്ടു.

$(5 + 5) \times (5 + 5) = 100$

'ഇതിൽ എന്തു പുതുമ' എന്നായി കുട്ടികൾ. ഇല്ലെന്ന് അധ്യാപകനും. വീണ്ടും അദ്ദേഹം ബോർഡിൽ

$$99\frac{9}{9}=100$$

എന്നും കുറിച്ചിട്ടു. അതും ഒരു പുതുമയുള്ളതായി കുട്ടികൾക്കു തോന്നിയില്ല. അവർ അധ്യാപകൻ പറഞ്ഞതു ശ്രദ്ധിച്ചു.

'4 അഞ്ചുകൾ കൊണ്ടും 4 ഒമ്പതുകൾ കൊണ്ടും 100 ഉണ്ടാക്കിയിരിക്കുകയാണിവിടെ. ഇതുപോലെ 4 ഏഴുകൾ കൊണ്ട് 100 ഉണ്ടാക്കാമോ?'

വളരെ ലളിതമാണീ പ്രശ്നം, ഒരു 'ട്രിക്ക്' ഉപയോഗിക്കുവാൻ നിങ്ങൾക്ക് സാധിക്കുമെങ്കിൽ.

3. പഞ്ചസാരയും വർഗവും

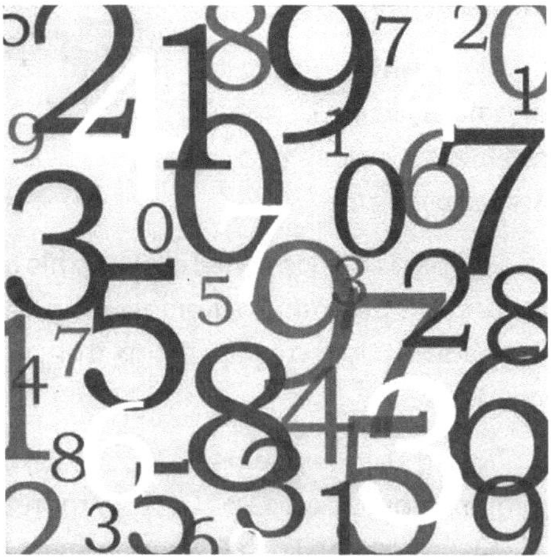

കണക്കുകളുടെ കാര്യത്തിൽ നമ്മുടെ കച്ചവടക്കാരൻ വളരെ കണിശക്കാരനാണ്. അതു തന്നെയായിരുന്നു അയാളുടെ വിജയരഹസ്യവും. ഒരു ദിവസം രണ്ടു കിലോ പഞ്ചസാര വാങ്ങിക്കുവാൻ ചെന്നയാൾ കാര്യം പറയാതെ കടക്കാരനോട് ഒരു ചോദ്യം:-

'കൈവശം എത്ര ചാക്ക് പഞ്ചസാരയുണ്ട്?'

കടക്കാരനറിയാം നമ്മുടെ കക്ഷിയുടെ പ്രകൃതം. എത്ര പഞ്ചസാര അയാൾ വാങ്ങിക്കും എന്നും. കൂടിയാൽ ഒരു കിലോഗ്രാം മാത്രം. അതുകൊണ്ടുതന്നെ ഇങ്ങനെ മറുപടി കൊടുത്തു.

'ആകെയുള്ളത് രണ്ടു ഭാഗമാക്കുക. എങ്കിൽ ആ രണ്ടു സംഖ്യകൾ തമ്മിലുള്ള വ്യത്യാസം അവയുടെ വർഗങ്ങളുടെ വ്യത്യാസത്തിന് തുല്യമായിരിക്കും.' കടക്കാരൻ മററു ജോലികളിൽ വ്യാപൃതനായി. നമ്മുടെ കക്ഷി അവിടെ നിന്ന് മനസ്സിൽ കണക്കുകൂട്ടൽ തുടങ്ങി. ഒരെത്തും പിടിയും കിട്ടുന്നില്ല.

നിങ്ങളായിരുന്നുവെങ്കിൽ എന്തു ചെയ്യും?

4. സത്യവതി

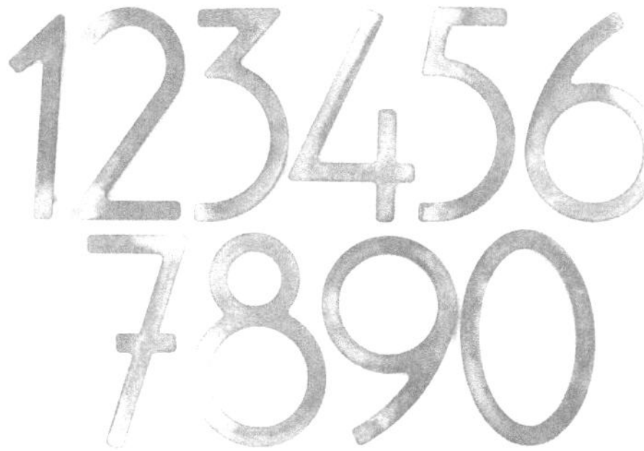

സത്യമേ അവർ പറയൂ. പക്ഷേ ഒരു സംഗതിയും നേരെ ചൊവ്വേ അങ്ങ് പറയുകില്ല. അതൊരു ശീലമായിപ്പോയി. സ്ത്രീയുമാണ്. എന്തു ചെയ്യാം.

'നിങ്ങൾ തമ്മിൽ എത്ര പ്രായവ്യത്യാസമുണ്ട്?'- ഒരു ദിവസം ഓഫീസിൽവച്ച് അവരുടെ കൂട്ടുകാരി ചോദിച്ചു. ഭർത്താവിനും അവർക്കും തമ്മിൽ എത്ര പ്രായവ്യത്യാസം എന്ന്. വളച്ചൊടിച്ചുള്ള ഉത്തരം പെട്ടെന്ന് കൂട്ടുകാരിക്ക് ലഭിക്കുകയും ചെയ്തു; ഇങ്ങനെ:

'എന്റെ വയസ്സു കാണിക്കുന്ന സംഖ്യയിലെ അക്കങ്ങൾ തിരിച്ചിട്ടാൽ 'അദ്ദേഹ'ത്തിന്റെ വയസ്സാകും. രണ്ടു പേരുടെയും വയസ്സുകൾ തമ്മിൽ കൂട്ടിയാൽ കിട്ടുന്ന സംഖ്യയുടെ പതിനൊന്നിലൊന്ന് പ്രായക്കൂടുതലുണ്ട് അദ്ദേഹത്തിന്.'

എങ്കിൽ ആ സ്ത്രീയുടെയും ഭർത്താവിന്റെയും വയസ്സ് എത്ര?

5. നാല് 5 കൾ

ഗണിത ചിഹ്നങ്ങളുടെ സഹായത്തോടെ 4 അഞ്ചുകൾ ഉപയോഗിച്ച് 1 മുതൽ 10 വരെയുള്ള സംഖ്യകൾ ഉണ്ടാക്കുക.

6. ബോണസ് ചോദ്യം

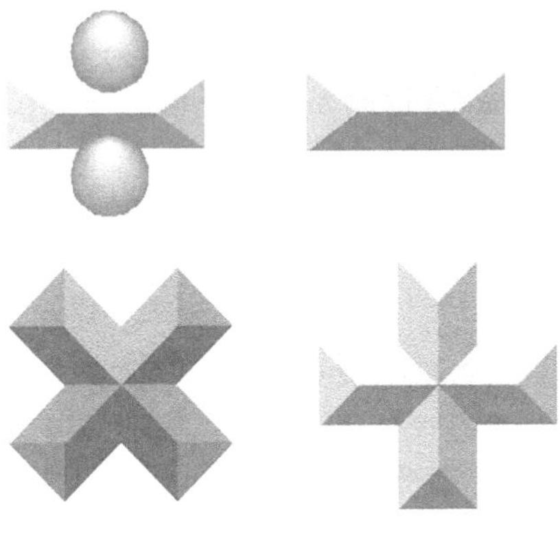

കണക്കു പരീക്ഷയ്ക്ക് ക്ലാസ്സിലെ കുട്ടികളിൽ പകുതിയിലധികം പേർക്കും നൂറിൽ നൂറ് മാർക്ക് കിട്ടുക പതിവായിരുന്നു.

ഒരു തവണ അധ്യാപകൻ താഴെപ്പറയുന്ന ഒരു ബോണസ് ചോദ്യം കൂടി പരീക്ഷയ്ക്ക് ഉൾപ്പെടുത്തി.

1, 3, 5, 7, 9 എന്നീ ഒററ സംഖ്യകളുടെ തുക 25

ആണല്ലോ. 2, 4, 6, 8 എന്നീ ഇരട്ട സംഖ്യകളുടെ തുക 20 ഉം ആണ്. ഈ ഒററ സംഖ്യകളും ഇരട്ട സംഖ്യകളും കൂട്ടുമ്പോൾ ഒരേ തുക തന്നെ കിട്ടത്തക്കവിധം അവയെ ക്രമീകരിക്കാമോ? ആവർത്തന ദശാംശങ്ങൾ (recurring), വിഷമ (improper) ഭിന്നിതങ്ങൾ എന്നിവ ഒഴിവാക്കണം.

നിങ്ങൾക്കു പറയാമോ ഈ ചോദ്യത്തിനുത്തരം?

7. ഒരേ ഒരു ഉത്തരം

ഗുണന ഫലം ഒന്നു തന്നെയാകണം. ഉദാഹരണത്തിന് 1 മുതൽ 9 വരെയുള്ള അക്കങ്ങളെ താഴെ കാണുംപ്രകാരം 4 ഗ്രൂപ്പുകളായി തിരിച്ച് ഈരണ്ടെണ്ണം തമ്മിൽ ഗുണിക്കുമ്പോൾ ഫലം ഒരു സംഖ്യ തന്നെ (ഇവിടെ 3634) കിട്ടുന്നു. അതായത്

$$\begin{array}{r} 158 \times \\ \underline{23} \\ 3634 \end{array} \quad = \quad \begin{array}{r} 79 \times \\ \underline{46} \\ 3634 \end{array}$$

അക്കങ്ങൾ മററൊരു രീതിയിൽ ക്രമീകരിച്ചാൽ ഇത്തരത്തിൽ ഒരേ ഒരു ഗുണനഫലം കിട്ടുവാൻ സാധിക്കുമോ? എങ്കിൽ അത്തരമൊരു തിരഞ്ഞെടുപ്പ് ഏതു തരമാകണം? ആദ്യ ഗ്രൂപ്പിൽ 3 അക്കസംഖ്യയും 2 അക്കസംഖ്യയും തമ്മിലാണ് ഗുണിക്കേണ്ടത്. രണ്ടാമത്തെ ഗ്രൂപ്പ് രണ്ട് രണ്ടക്കസംഖ്യകളും. ഒമ്പത് അക്കങ്ങളിൽ ഓരോന്നിനും ഒരു തവണ മാത്രമേ സ്ഥാനമുള്ളൂ എന്നും ഓർക്കുക.

8. ഒമ്പതക്കസംഖ്യ

ഈ ഗുണനം ശ്രദ്ധിക്കൂ

3 x 51249876 = 153749628. ഇവിടെ ഇടതുവശത്തും വലതു വശത്തും 1 മുതൽ 9 വരെയുള്ള എല്ലാ അക്കങ്ങളും ഉണ്ട്. അതായത് 3 കൊണ്ട് 1 മുതൽ 9 വരെയുള്ള അക്കങ്ങളിൽ 3 ഒഴികെയുള്ള എട്ടക്കസംഖ്യയെ ഗുണിക്കുന്നു. ഓരോ അക്കവും ഓരോ തവണ മാത്രമേ ഉപയോഗിച്ചിട്ടുമുള്ളു. ഈ നിയമങ്ങൾ അനുസരിക്കുന്ന മററൊരുദാഹരണം നോക്കൂ:

9 x 16583742 = 149253678

ഇവിടെ 9 കൊണ്ട് 1 മുതൽ 9 വരെയുള്ള അക്കങ്ങളിൽ 9 ഒഴിച്ചുള്ള എട്ടക്ക സംഖ്യയെ ഗുണിച്ചിരിക്കുന്നു. വലതു വശത്തെ ഗുണനഫലത്തിൽ 1 മുതൽ 9 വരെയുള്ള എല്ലാ അക്കങ്ങളും, ഒരക്കം ഒരു തവണ മാത്രം, ഉപയോഗിച്ചതും ശ്രദ്ധിക്കുക.

ഇനി നമ്മുടെ പ്രശ്നം. ഇങ്ങനെ 6 കൊണ്ട് ഏത് സംഖ്യയെ (8 അക്കസംഖ്യ) ഗുണിച്ചാൽ, മുകളിൽ പറഞ്ഞ നിയമത്തിനു വിധേയമായി, ഗുണനഫലം ഒരു ഒമ്പതക്കസംഖ്യ (1 മുതൽ 9 വരെയുള്ള അക്കങ്ങൾ ഒരക്കം ഒരു തവണമാത്രം എടുത്ത്) കിട്ടും?

9. ഒററനോട്ടം

'ഒററനോട്ടം കൊണ്ട് ഈ പ്രശ്നത്തിന് ഉത്തരം പറയണം. കൂടിയാൽ മുപ്പത് സെക്കൻഡ് സമയം' എന്നു പറഞ്ഞ് അധ്യാപകൻ ബോർഡിൽ ഇങ്ങനെ കുറിച്ചിട്ടു.

$$\frac{35}{70}+\frac{148}{296}= \text{എത്ര?}$$

ഉത്തരം കിട്ടിയില്ലേ? എങ്കിൽ പേനയും കടലാസും എടുത്ത് ചെയ്തു നോക്കൂ! ഇവിടെ പൂജ്യം മുതൽ ഒമ്പതു വരെയുള്ള പത്ത് അക്കങ്ങളും (ഒരക്കം ഒരിക്കൽ മാത്രം) ഉപയോഗിച്ചിട്ടുണ്ട്.

10. മൂന്നു ക്രിയകൾ

3, 4, 5, 6, 7 എന്നീ അഞ്ച് അക്കങ്ങൾ

6 5 7 4 3

എന്ന ക്രമത്തിൽ എഴുതിയിരിക്കുന്നു. +, −, ×, ÷ എന്നീ 4 ഗണിതക്രിയകളിൽ ഏതെങ്കിലും മൂന്നെണ്ണം മാത്രം ഈ സംഖ്യകൾക്കിടയിൽ ഉപയോഗിച്ച് ഉത്തരം 26 ആക്കാമോ?

11. ഒരിക്കൽ മാത്രം

1, 2, 3, 4, 5, 6, 7 എന്നീ അക്കങ്ങൾ ഒന്ന് ഒരിക്കൽ മാത്രം ഉപയോഗിച്ച് 100 ഉത്തരം കിട്ടത്തക്കവിധം സങ്കലനക്രിയ ചെയ്യാമോ? അക്കങ്ങൾ ഒററയ്ക്കോ കൂട്ടമായോ ഉപയോഗിക്കാം.. ഉദാഹരണത്തിന് 92 ഒരു സംഖ്യയായി കണക്കാക്കി കൈകാര്യം ചെയ്യാം, പക്ഷേ പിന്നീട് 9 ഉം 2 ഉം ഉപയോഗിക്കരുത് എന്നു മാത്രം.

12. തുകയെത്ര

0 മുതൽ 9 വരെ 10 അക്കങ്ങളുണ്ട്. അക്കങ്ങൾ ഒരു തവണപോലും ആവർത്തിക്കാതെ 2 മൂന്നക്കസംഖ്യകൾ ഉണ്ടാക്കി അവ കൂട്ടുക. വ്യവസ്ഥ: ഇങ്ങനെ കൂട്ടി കിട്ടുന്ന ഉത്തരം നാലക്ക സംഖ്യയാവണം.

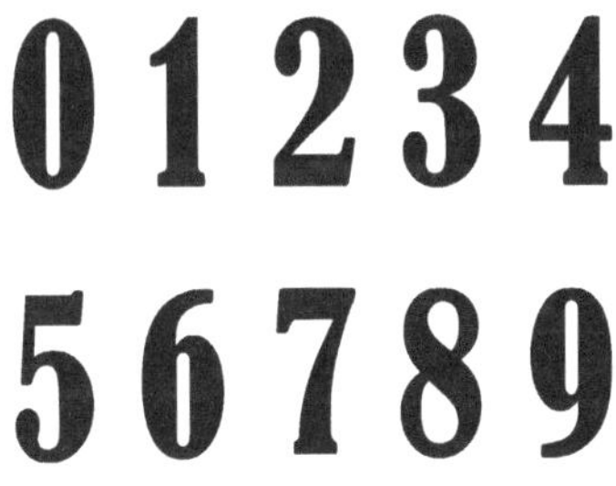

മൂന്നക്കസംഖ്യകളിലുപയോഗിച്ച അക്കമൊന്നും ഉത്തരത്തിൽ വരാൻ പാടില്ല. അക്കമൊന്നും ആവർത്തിക്കാനും പാടില്ല. അങ്ങനെ മൂന്നു സംഖ്യകളിലുമായി എല്ലാ അക്കങ്ങളും ഒരു തവണ ഉപയോഗിച്ചിരിക്കണം. (ഒന്നിലധികം രീതിയിൽ ഈ പ്രശ്നം നിർധരിക്കാം).

13. രണ്ടെണ്ണം മാത്രം

ഒരു ആറക്കസംഖ്യയെ ആദ്യത്തെ മൂന്നക്കസംഖ്യാ ഭാഗം ഒരു സംഖ്യയും രണ്ടാമത്തെ മൂന്നക്കസംഖ്യാഭാഗം മറ്റൊരു സംഖ്യയും അയി കണക്കാക്കുക. ഈ മൂന്നക്കസംഖ്യകൾ കൂട്ടി വർഗം കണ്ടാൽ തുടക്കത്തിൽ പരിഗണിച്ച ആറക്കസംഖ്യ കിട്ടണം.

ഏതാണീ സംഖ്യ?

14. ഒരിക്കൽ, ഒരിക്കൽ മാത്രം

ഗണിതതമാശകൾ സംഘടിപ്പിച്ച് കൂട്ടുകാരുടെ ഇടയിൽ ശ്രദ്ധ പിടിച്ചുപറ്റുന്ന ഒരു വിദ്യാർഥിയാണ് കുമാരൻ. ഒരു ദിവസം ഒരു പുതിയ 'വിദ്യ'യുമായാണ് അവൻ ക്ലാസിൽ വന്നത്:

1 മുതൽ 9 വരെയുള്ള സംഖ്യകൾ ഓരോന്നും ഒരു തവണ മാത്രം ഉപയോഗിച്ച് കൂട്ടുമ്പോൾ 99999 എന്നു കിട്ടുന്നു. എങ്ങനെ?

15. വിചിത്ര സ്വഭാവക്കാരൻ

പല തരത്തിലുള്ള മനുഷ്യരുണ്ടല്ലോ. സംഖ്യകളും അതുപോലെയാണ്. ഇതാ അതിവിചിത്രസ്വഭാവമുള്ള ഒരു കക്ഷി. ഒരു ധനപൂർണസംഖ്യയുടെ $\frac{1}{5}$ നെ അതിന്റെ $\frac{1}{7}$ കൊണ്ടു ഗുണിച്ചാൽ അതേ ധനപൂർണസംഖ്യ തന്നെ കിട്ടും. എങ്കിൽ ആ സംഖ്യ ഏത്?

16. മറ്റൊരു സാധ്യത

ഒരേ അക്കം മൂന്നു തവണ ഉപയോഗിച്ച് 24 എഴുതാമോ? ഒരുത്തരം $8 + 8 + 8 = 24$.

മറ്റൊരുത്തരം കണ്ടുപിടിക്കൂ.

17. കല്യാണാലോചന

അയാൾക്ക് 4 മക്കളുണ്ട്. രണ്ടാണും രണ്ടു പെണ്ണും. ഒരു ദിവസം കല്യാണാലോചനയുമായി ചിലർ വീട്ടിൽ വന്നു. അയാൾ മഹാബുദ്ധിമാനും രസികനുമാണ്. പ്രത്യേകിച്ചു ജോലി ഒന്നും ഇല്ലെങ്കിലും സുഖമായി കഴിഞ്ഞു കൂടുന്നു. വിഷയം വിവാഹവുമായി ബന്ധപ്പെട്ടതു കാരണം ഭാര്യ അകത്തേക്കു വിളിച്ച് കളി തമാശ വിട്ട് ചോദ്യങ്ങൾക്ക് നേരെചൊവ്വേ ഉത്തരം പറയണമെന്ന് അയാളെ ചട്ടംകെട്ടി. ശരി എന്നർഥത്തിൽ അയാൾ സമ്മതവും മൂളി.

പലതും സംസാരിക്കുമ്പോൾ അയാൾ ശ്രദ്ധയോടെ ഉത്തരം നൽകി. മക്കളുടെ പ്രായത്തെക്കുറിച്ച പരാമർശം വന്നപ്പോൾ അറിയാതെ പഴയ രീതി വന്നു.

'മക്കളുടെ പ്രായമല്ലേ. അതു പറയുന്നതുതന്നെ ബഹുരസമാ. നാലു പേരുടെ വയസ്സും ഒററ സംഖ്യകൾ. അതും തുടർച്ചയായ ഒററ സംഖ്യകൾ. നാലുപേരുടെയും കൂടി പ്രായം 80. ഒന്നും നാലും ആൺ കുട്ടികളാ. രണ്ടും മൂന്നും പെൺമക്കളും'

വിവാഹ ആലോചനയ്ക്കു വന്നവർ അന്തം വിട്ടു.

നിങ്ങൾക്കു പറയാമോ മക്കളുടെ പ്രായങ്ങൾ?

18. പൊതുഗുണ ധർമം

തുടർച്ചയായ മൂന്നു പൂർണ സംഖ്യകൾ. നടുവിലത്തെ സംഖ്യയുടെ വർഗത്തിൽ നിന്ന് ഒന്നു കുറച്ചതാണ് മററു രണ്ടു സംഖ്യകളുടെ ഗുണനഫലം. എങ്കിൽ ആ സംഖ്യകൾ ഏവ?

19. അശ്രദ്ധ

ശ്രദ്ധ അൽപം കുറഞ്ഞാൽ ഒരുപാട് തെററുകൾ പററുമല്ലോ. കണക്കു ചെയ്യുമ്പോൾ പ്രത്യേകിച്ചും. അത്തരത്തിലുള്ള അമളി പററിയ കുട്ടിയുടെ കഥയാണിത്.

ക്ലാസിൽ അധ്യാപകൻ ഒരു സംഖ്യയെ $\frac{7}{8}$ കൊണ്ട് ഗുണിക്കുവാൻ പറഞ്ഞപ്പോൾ ആ കുട്ടി $\frac{7}{8}$ കൊണ്ട് ഹരിച്ചു. അന്നേരം കിട്ടിയ സംഖ്യ ശരിയായ ഉത്തരത്തിനെക്കാൾ $1\frac{1}{14}$ അധികമായിരുന്നു.

എങ്കിൽ അധ്യാപകൻ പറഞ്ഞ സംഖ്യ ഏതായിരുന്നു?

20. 45 ഭാഗിക്കൽ

ആദ്യഭാഗത്തോട് 2 കൂട്ടിയാൽ; രണ്ടാമത്തെ ഭാഗത്തിൽ നിന്ന് 2 കുറച്ചാൽ, മൂന്നാമത്തെ ഭാഗം 2 കൊണ്ടു ഗുണിച്ചാൽ; നാലാമത്തെ ഭാഗം 2 കൊണ്ടു ഹരിച്ചാൽ ഒരേ സംഖ്യ കിട്ടത്തക്കവിധം 45 എന്ന സംഖ്യ 4 ഭാഗമാക്കുക.

21. അനുപാതം

രണ്ടു വർഷം മുമ്പ് രാമന്റെ പ്രായം അവന്റെ സഹോദരിയുടെ പ്രായത്തിന്റെ മൂന്നു മടങ്ങും, അതിനും രണ്ടു വർഷം മുമ്പ് അഞ്ച് മടങ്ങും ആയിരുന്നു. എന്നാണ് അവരുടെ വയസ്സുകൾ തമ്മിലുള്ള ബന്ധം 2:1 ആകുന്നത്.

22. ക്ലോക്ക്

വളരെ വിചിത്രമായ പ്രശ്നമാണിത്. ഒരു തീരുമാനത്തിലെത്തുക എളുപ്പമെന്നും നിങ്ങൾക്ക് തോന്നാം. പക്ഷേ കാര്യങ്ങളുടെ കിടപ്പോ?

നമുക്ക് ഒരുമിച്ച് ആലോചിക്കാം.

രണ്ടു ക്ലോക്കുകൾ ഉണ്ട്. ഒന്ന് ഓടുകയേയില്ല. മറ്റൊന്നുള്ളത് ദിവസത്തിൽ ഒരു മിനിട്ട് സ്ലോ ആകുന്നു. ഈ രണ്ട് ക്ലോക്കുകളിൽ ഒരെണ്ണം നിങ്ങൾക്കെടുക്കാം.

കൂടുതൽ തവണ കൃത്യസമയം കാണിക്കുന്ന ക്ലോക്ക് ആണല്ലോ ഏവർക്കും സ്വീകാര്യം? എങ്കിൽ ഏത് ക്ലോക്ക് ആയിരിക്കും നിങ്ങൾ സ്വീകരിക്കുക?

23. കൂലി പങ്കിടൽ

മറ്റൊരു വീട് കിട്ടിയപ്പോൾ അയാൾ സാധനങ്ങളെല്ലാം മാററുവാൻ തീരുമാനിച്ചു. ആകെ ജോലിക്ക് കരാർ ആയി 510 രൂപ കൊടുക്കാമെന്നും സമ്മതിച്ചു.

സാധനം മാററുവാൻ മൂന്നു ജോലിക്കാർ വന്നു. ഒരു മണിക്കൂർ കൊണ്ട് ജോലി തീർത്ത് കൂലി വാങ്ങിയപ്പോൾ ഒരു തമാശയ്ക്ക് അയാൾ ചോദിച്ചു:

'ഓരോരുത്തർക്കും എത്ര രൂപവെച്ച് കിട്ടും? തുല്യമായാണോ പങ്കിടൽ?'

കൂട്ടത്തിലെ തമാശക്കാരൻ തട്ടിവിട്ടു.

'ഒന്നാമന് രണ്ടാമന്റെ $\frac{2}{3}$ ഭാഗവും രണ്ടാമന് മൂന്നാമന്റെ $\frac{1}{4}$ ഭാഗവും വച്ച് കിട്ടും.'

അവർ പോയപ്പോൾ അയാൾ ഇരുന്നു കണക്കാക്കുവാൻ തുടങ്ങി. എങ്ങും എവിടെയും എത്തുന്നില്ല.

നിങ്ങൾക്കൊന്നു സഹായിക്കാമോ?

24. ചോക്കും പെൻസിലും

ഒരു പെൻസിലും ചോക്കും വാങ്ങി വീട്ടിൽ വന്നപ്പോൾ ചോക്ക് അവനു കിട്ടിയേ തീരൂ എന്നു പറഞ്ഞ് മകൻ ഒരേ ഒരു വാശി. അവസാനം അയൾ പറഞ്ഞു: 'ശരി. തരാം. ഒരു നിബന്ധനയുണ്ട്. ചോക്കിന് എത്ര വിലയായി എന്നു നീ പറയണം.'

കുട്ടി:- 'അതെങ്ങനെയാ. അച്ഛൻ എത്രയാണ് കൊടുത്തത് എന്ന് ഞാനെങ്ങനെ അറിയാൻ?'

അയാൾ:- 'ഓ മറന്നു. ചോക്കിനും പെൻസിലിനും കൂടി 68 പൈസയായി. പെൻസിലിന് ചോക്കിനെക്കാൾ 60 പൈസ കൂടുതലാണ്. എങ്കിൽ ചോക്കിന്റെ വില പറ. അന്നേരം ചോക്ക് നിനക്കുതരാം.'

കുറേനേരം ആലോചിച്ചശേഷം കുട്ടി. ഉത്തരം പറഞ്ഞു. ശരിയായതിനാൽ ചോക്കും കിട്ടി. എന്തായിരുന്നു ആ ഉത്തരം?

25. മുട്ട മുറിക്കാമോ?

അവർ മുട്ട വില്പനക്കാരിയാണ്. ഇന്ന് കുറച്ചു മുട്ടകളേ അവർ കൊണ്ടുവന്നിട്ടുള്ളു. അതിൽ പകുതിയോട് അരമുട്ട ചേർത്ത് അവർ ഒന്നാമനുവിററു. ബാക്കിയുടെ പകുതിയോട് അരമുട്ട ചേർത്ത് രണ്ടാമനു വിററു. ശേഷിച്ചത് ഒരു മുട്ട മാത്രം. ആ സ്ത്രീ ആകെ എത്ര മുട്ട വിൽക്കാൻ കൊണ്ടുവന്നു?

26. ആ വർഷം എന്നുവരും?

1961 എന്ന വർഷത്തിന് ഗണിതപരമായി വളരെ പ്രാധാന്യമുണ്ട്. ഈ സംഖ്യ മറിച്ചിട്ടു വായിച്ചാലും 1961 എന്നു തന്നെയാണ് വരിക.

എത്ര വർഷങ്ങളെ സംബന്ധിച്ചിടത്തോളം (എ.ഡി) ഈ പ്രത്യേകത ശരിയായിരുന്നു?

ഇനി എത്ര വർഷം കഴിഞ്ഞാണ് ഈ പ്രത്യേകതയോടു കൂടിയ വർഷം വരിക?

27. എല്ലാ അക്കങ്ങളും

ഒരു രണ്ടക്കസംഖ്യയുടെ വർഗവും ഘനവും കണ്ട് കിട്ടിയ ഉത്തരം നോക്കിയാൽ അതിൽ 0 മുതൽ 9 വരെയുള്ള എല്ലാ അക്കങ്ങളും ഉള്ളതായി കാണാം. ഏതാണീ രണ്ടക്കസംഖ്യ?

28. ഒറ്റസംഖ്യ

ഒരു ടിന്നിൽ 1 മുതൽ 7 വരെ അക്കങ്ങൾ എഴുതിയ ടോക്കണുകൾ ഇട്ടിരിക്കുന്നു. ഓരോ ടോക്കൺ ആയി പുറത്തേക്കെടുത്തു. അവ തിരിച്ച് ടിന്നിൽ നിക്ഷേപിക്കുന്നില്ല. എങ്കിൽ എല്ലാ ഒറ്റ സംഖ്യകളും ആദ്യം കിട്ടുവാനുള്ള സാധ്യത എത്ര?

29. ഷൂട്ടിങ്ങ്

വളരെ വേഗത്തിൽ കറങ്ങിത്തിരിയുന്ന ഗോളാകൃതിയിൽ ഉള്ള ഒരു ലക്ഷ്യത്തിലേക്ക് ഷൂട്ടിങ്ങിൽ പ്രാവീണ്യം ലഭിച്ച മൂന്നുപേർ വെടിവച്ചു.

മൂന്ന് ഉണ്ടകളും ഒരേ അർധഗോളത്തിൽ തട്ടുവാനുള്ള സാധ്യത എത്രയെന്ന് പറയാമോ?

30. എത്ര വയസ്സുകൾ വീതം?

ജോർജിന് ജോണിനെക്കാൾ 4 വയസ്സ് കൂടുതൽ, ജോണിന് ജിമ്മിനെക്കാൾ 4 വയസ്സ് കൂടുതൽ, ജിമ്മിന് സാമിനെക്കാൾ 4 വയസ്സ് കൂടുതൽ. സാമിന് ജോർജിന്റെ പകുതി പ്രായവും. ഓരോരുത്തരുടെയും പ്രായമെത്ര?

31. കന്നുകാലിച്ചന്ത

മൂന്നു ഗ്രാമീണർ ഒരു കന്നുകാലിച്ചന്തയിലേക്കുള്ള യാത്രയിലാണ്. ഓരോരുത്തരും ഏതാനും കന്നുകാലികളെ കൊണ്ടുവന്നിരുന്നു – പശു, ആട്, കാള, എരുമക്കുട്ടി എന്നിവ. ഇവർ മൂന്നുപേരും – ഹരി, ജനാർദ്ദനൻ,

ദാമു — കൂട്ടുകാരും ആണ്.

ഹരി: 'എടാ ജനാർദ്ദനാ! ഞാൻ ആറ് എരുമക്കുട്ടിയെ നിനക്കുതരാം. പകരം നീ ഒരു കാളയെ എനിക്കു താ! അന്നേരം എന്റെ ഇരട്ടി കാലികൾ നിനക്കുണ്ടാകുമല്ലൊ.'

ദാമു: 'ഹരി ഒരു കാര്യം ചെയ്യ്. ഒരു കാളയ്ക്കു പകരമായി ഞാൻ 14 ആടിനെ തരാം. അന്നേരം എന്റെ മൂന്നു മടങ്ങ് കാലികൾ നിനക്കുണ്ടാകുമല്ലൊ.'

ജനാർദ്ദനൻ: 'എടാ ദാമു. ഞാൻ ഒരു കാളയ്ക്കു പകരം 4 പശുക്കുട്ടികളെ നിനക്കു തരാം. അന്നേരം എന്റേതിന്റെ ആറിരട്ടി എണ്ണം നിനക്കുണ്ടാകുമല്ലൊ.'

ഓരോരുത്തരും കന്നുകാലിച്ചന്തയിൽ എത്ര എണ്ണം കൊണ്ടു വന്നിരുന്നു എന്നറിയുവാൻ ആഗ്രഹമില്ലേ?

32. ഇരട്ടി

ഏത് രണ്ടക്ക സംഖ്യയുടെ അക്കങ്ങളുടെ ഗുണനഫലത്തിന്റെ ഇരട്ടിയാണ് പ്രസ്തുത സംഖ്യ?

33. സൈക്കിൾ എന്നു കിട്ടും?

'കൂട്ടുകാരിൽ പലർക്കും സൈക്കിൾ ഉണ്ട്. എനിക്കും ഒന്നുവേണം', പന്ത്രണ്ടു വയസ്സു പ്രായമായ ദിവാകരൻ അമ്മയുടെ മുന്നിൽ ഒരേ ഒരു വാശി.

'എന്റെ മൂന്നിൽ ഒന്നു പ്രായം നിനക്കാകുമ്പോൾ വാങ്ങിച്ചുതരാം,' നാല്പത്തു ഞ്ചുകാരി അമ്മയുടെ മറുപടി.

എത്ര വർഷം കഴിഞ്ഞാൽ ദിവാകരന് സ്വന്തം സൈക്കിൾ വാങ്ങിക്കാം?

34. പെട്ടി പ്രശ്നം

താരതമ്യേന സരളമായൊരു വിനോദ പ്രശ്നമാണിത്. നാം സാധാരണ കാണുന്ന ദീർഘ ചതുരാകൃതിയിലുള്ള ഒരു പെട്ടിയുണ്ട്. മുകൾ തട്ടിന്റെ വിസ്തീർണം 120 ച: സെ.മീ.വശം 96 ച: സെമീ. വിസ്തീർണം. അററത്തിന്റെ വിസ്തൃതിയാകട്ടെ 80 ച: സെമീയും. എങ്കിൽ പെട്ടിയുടെ നീളം, വീതി, ഉയരം ഇവ എത്ര?

35. ഒരു പഴയ കടംകഥ

ഗണിത കടംകഥകളുടെ, പഴയ തലമുറയുടെ ആശാനാണ് അൽസുയിൻ ആബട് (എ.ഡി. 735 - 804). ഇംഗ്ലണ്ടിലെ ആദ്യത്തെ ഗണിത കടംകഥക്കാരൻ എന്നു വിശേഷിപ്പിക്കാവുന്ന ഇദ്ദേഹത്തിന്റെ ഒരു പ്രശ്നം ഇതാ:

100 മാങ്ങകൾ 100 പേർക്കായി വീതിച്ചു കൊടുക്കണം. പുരുഷന്മാരും സ്ത്രീകളും കുട്ടികളുമുണ്ട് സംഘത്തിൽ. എത്ര പുരുഷന്മാരുണ്ടോ അതിന്റെ അഞ്ചു മടങ്ങ് സ്ത്രീകളുമുണ്ട്. ഓരോ പുരുഷനും 3 ഉം സ്ത്രീക്ക് 2 ഉം കുട്ടിക്ക് പകുതിയും വീതം മാങ്ങ കിട്ടി. എങ്കിൽ ആ സംഘത്തിൽ എത്ര പുരുഷൻ? എത്ര സ്ത്രീ? എത്ര കുട്ടികൾ?

36. പതിനൊന്നിന്റെ കാര്യം

11 കൊണ്ട് ഹരിക്കുമ്പോൾ ഉള്ള പ്രത്യേകതയാണ് ഈ പ്രശ്നത്തിന്റെ അടിത്തറ. എന്താണ് പ്രശ്നം എന്നല്ലേ? 0 മുതൽ 9 വരെയുള്ള അക്കങ്ങളിൽ 5 എന്ന അക്കം മാത്രം ഒഴിവാക്കി ബാക്കിയുള്ളവയെല്ലാം ഉള്ള ഒരു സംഖ്യയാണ് 896743012. ഈ 9 അക്ക സംഖ്യയെ 11 കൊണ്ട് പൂർണമായും ഹരിക്കാവുന്നതാണ്. പക്ഷേ ഇത്തരത്തിലുള്ള ഏറ്റവും വലിയതോ ഏറ്റവും ചെറിയതോ ആയ സംഖ്യയല്ല ഇത്.

നമുക്കാവശ്യം പത്ത് അക്കങ്ങളിൽ ഏതെങ്കിലും ഒരക്കം ഒഴിവാക്കി കിട്ടുന്നതും 11 കൊണ്ട് പൂർണമായി ഹരിക്കാവുന്നതും ആയ ഏറ്റവും ചെറിയ സംഖ്യയും ഏറ്റവും വലിയ സംഖ്യയും ആണ്.

കണ്ടുപിടിക്കാമോ?

37. മൂന്നിരട്ടി

ഏത് രണ്ടക്കസംഖ്യയുടെ അക്കങ്ങളുടെ തുകയുടെ മൂന്നിരട്ടിയായിരിക്കും പ്രസ്തുത സംഖ്യ?

38. നാല്പത്തി എട്ടിന്റെ കൂട്ടുകാർ

സാറിന് കുമാരനെ ഇഷ്ടമാണ്. മറ്റൊന്നുകൊണ്ടുമല്ല, അവൻ നന്നായി പഠിക്കും, നല്ലപോലെ പെരുമാറും. ക്ലാസ് ടെസ്റ്റ് കഴിഞ്ഞപ്പോൾ 50 ൽ 48 മാർക്കെ അത്തവണ കിട്ടിയുള്ളൂ. സ്റ്റാഫ് മുറിയിൽ വിളിച്ച് സാർ ഒരുപാട് വഴക്കുപറഞ്ഞു. കുമാരന് അതിയായ സങ്കടം വന്നു.

തിരിച്ചു പോരുമ്പോൾ സാർ പറഞ്ഞു: '48 മാർക്കല്ലേ കിട്ടിയത്. അടുത്ത തവണ ഒരു മാർക്കുപോലും കുറയരുത്. പിന്നെ, ഈ 48 ന്റെ ഒരു പ്രത്യേകത ശ്രദ്ധിച്ചിട്ടുണ്ടോ?'

മറുപടി പറയാതെ കുമാരൻ ശ്രദ്ധിച്ചുകേട്ടു.

'48നോട് 1 കൂട്ടിയാൽ കിട്ടുന്ന 49 ഒരു പൂർണ വർഗം ആണല്ലൊ. അതായത് 7 x 7 = 49. അതു പോലെ 48 ന്റെ പകുതിയോട് 1 കൂട്ടിയാൽ കിട്ടുന്ന സംഖ്യയും (25) ഒരു പൂർണവർഗമാണ്. അതായത് 5 x 5 = 25.'

കുമാരന് രസം പിടിച്ചു.

'ഇത്തരത്തിലുള്ള പ്രത്യേകത മറ്റ് ഒട്ടേറെ സംഖ്യകൾക്കുണ്ട്.' സാർ തുടർന്നു, അത്തരത്തിലുള്ള മററു മൂന്നു ചെറിയ സംഖ്യകൾ ഏതെന്ന് അറിയാമോ?'

കുമാരന്റെ മുഖഭാവം കണ്ട് 'ആലിചിച്ചുനോക്കൂ. നാളെപ്പറഞ്ഞാൽ മതി' എന്നു പറഞ്ഞ് സാർ അവനെ വിട്ടു.

കുമാരന് ഒരു എത്തും പിടിയും കിട്ടിയില്ല. ഏട്ടനോട് ചോദിച്ചിട്ടും ഒരു വഴി കാണുന്നില്ല, പിറ്റേന്ന് സാർ ഇതേ പ്രശ്നവും ഉത്തരവും ക്ലാസിൽ പറഞ്ഞു

എന്തായിരുന്നു ആ ഉത്തരം എന്ന് നിങ്ങൾക്കു പറയാമോ?

39. ഭൂമി വീതംവയ്ക്കണം

വയസ്സായപ്പോൾ അയാൾ ആകെയുള്ള വസ്തു മൂന്നു മക്കൾക്കായി ഭാഗിക്കുവാൻ ഒരു ഒസ്യത്ത്

എഴുതി വച്ചു. മൂത്തമകന് $\frac{1}{3}$ ഭാഗവും രണ്ടാമത്തെ മകന് $\frac{1}{4}$ ഭാഗവും മൂന്നാമത്തെ മകന് $\frac{1}{5}$ ഭാഗവും. ആകെ 100 ഏക്കർ സ്ഥലമുണ്ട്. അയാൾ മരിച്ചു. സ്ഥലം വീതംവയ്ക്കുന്നതിനെക്കുറിച്ച് ആലോചിച്ചു കൊണ്ടിരുന്നപ്പോൾ അവിവാഹിതനായ മൂന്നാമത്തെ മകൻ പാമ്പു കടിയേററു മരിച്ചു. ഒസ്യത്തിനെ മാനിച്ചുകൊണ്ടു തന്നെ ഇനി എങ്ങനെ വസ്തു ഭാഗം വയ്ക്കും?

40. വക്കീലും സമയവും

ബുദ്ധിമാനും എന്നാൽ 'അരക്കിറുക്കൻ' എന്ന പേരിൽ അറിയപ്പെടുന്നവനുമായ വക്കീൽ നടന്നു പോകുമ്പോൾ 'സമയം എത്രയായി' എന്നൊരു പരിചയക്കാരൻ ചോദിച്ചു. ആലോചിക്കുവാനും ചിരിക്കുവാനും വക നൽകുന്നതായിരുന്നു മറുപടി. വക്കീൽ പറഞ്ഞത് ഇങ്ങനെയാണ്:

'ഉച്ച മുതൽ ഇപ്പോൾ വരെയുള്ള സമയത്തിന്റെ നാലിൽ ഒന്നും ഇപ്പോൾ മുതൽ നാളെ ഉച്ചവരെയുള്ള സമയത്തിന്റെ പകുതിയും കൂടി കൂട്ടിയാൽ ഇപ്പോഴത്തെ കൃത്യസമയം കിട്ടും.'

ഇതും പറഞ്ഞ് വക്കീൽ ധൃതിയിൽ നടന്നുപോയി. കേട്ടവരുടെ കൂട്ടത്തിൽ നിങ്ങൾ ഉണ്ടായിരുന്നുവെങ്കിൽ സമയം കണക്കുകൂട്ടിപ്പറയുമായിരുന്നോ?

41. ഇഷ്ടികകളുടെ ഭാരം

ലാഭവിലയ്ക്കു കിട്ടിയപ്പോൾ, പഴയ ഒരു ത്രാസും കുറച്ച് പടികളും (5 കി.ഗ്രാം, 2 കി.ഗ്രാം, 500 ഗ്രാം, 250 ഗ്രാം എന്നീ തൂക്കക്കട്ടികൾ മാത്രം) അയാൾ വിലയ്ക്കു വാങ്ങി. വീട്ടിൽ വന്നപ്പോൾ ആവശ്യമുള്ളത്ര പടികൾ ഇല്ലാത്തതിനാൽ ഭാര്യയുടെ മുഖം ഇരുണ്ടുകറുത്തു.

നമ്മുടെ ആവശ്യത്തിന് ഇതുമതി. അത്യാവശ്യ പടികളൊക്കെയുണ്ട്. തൂക്കം അറിഞ്ഞാൽ മതിയല്ലോ. ഇതൊക്കെ ധാരാളം എന്നായി അയാൾ. 'ഓ ഒരു ത്രാസും പടിയും,' എന്നു പറഞ്ഞ് ഭാര്യ അകത്തേക്കു പോയി.

അയാൾ ഒരു ഇഷ്ടിക എടുത്ത് ത്രാസിന്റെ തട്ടിൽ വച്ചു. 750 ഗ്രാം, അതായത് $\frac{3}{4}$ കി. ഗ്രാം, മറ്റെ തട്ടിൽ വച്ചു. ബാലൻസ് ചെയ്യുന്നില്ല. തൂക്കക്കട്ടികളുടെ കൂടെ അയാൾ മറ്റൊരു ഇഷ്ടികയുടെ $\frac{3}{4}$ ഭാഗം കൂടി വെച്ചു. അപ്പോൾ തൂക്കം കൃത്യമായി. മറ്റൊരു അളവു പടി കൂടി ഉണ്ടാക്കിയ സന്തോഷം അയാൾക്ക്. ചോക്ക് എടുത്ത് ഇഷ്ടികകളുടെ മുകളിൽ ഭംഗിയായി അതിന്റെ ഭാരം എഴുതി.

ബാക്കി ഓരോ അളവും ഇങ്ങനെ ഉണ്ടാക്കാം എന്നയാൾക്ക് ഉറപ്പുമായി. ഇഷ്ടികയിൽ ചോക്കു കൊണ്ട് എത്ര കിലോഗ്രാം എന്നായിരിക്കും കുറിച്ചിട്ടത്? അതായത് ഈ ഇഷ്ടികയുടെ തൂക്കം എത്രയാണ്?

42. ഒന്നു മുതൽ ഒമ്പതുവരെ

1 മുതൽ 9 വരെയുള്ള അക്കങ്ങൾ ഉപയോഗിച്ച് ഒരു ഗുണനം നോക്കൂ. അക്കങ്ങളിൽ എല്ലാം ഉപയോഗിക്കണം. ഒരെണ്ണം ഒരിക്കൽ മാത്രം. ഉദാഹരണമായി.

158 x 23 = 79 x 46 (= 3634)

ഇതുപോലെ ഒരു മൂന്നക്ക സംഖ്യയും രണ്ടക്ക സംഖ്യയും തമ്മിൽ ഗുണിച്ചു കിട്ടുന്ന ഫലം രണ്ട് രണ്ടക്ക സംഖ്യകൾ തമ്മിൽ ഗുണിച്ചു കിട്ടുന്ന ഫലത്തിന് തുല്യമാകണം. (ആകെയുള്ള 9 അക്കങ്ങളും ഓരോ തവണ ഉപയോഗിക്കുന്നു.) ഇത്തരത്തിൽ മറ്റു ഗുണന രീതികൾ (ഉദാഹരണങ്ങൾ)

കണ്ടുപിടിക്കുവാൻ സാധിക്കുമോ?

[മറ്റൊരാളുടെ മനസ്സിൽ ഉള്ള സംഖ്യ, അയാളോട് അങ്ങോട്ടു പറഞ്ഞു കൊടുക്കുന്ന വിദ്യ രസമുള്ളതാണല്ലോ. അത്തരത്തിലുള്ള പ്രശ്നങ്ങളാണ് 43 മുതൽ 51 വരെ.]

43. മനസ്സിൽ വിചാരിച്ച സംഖ്യകൾ

ഒരു രണ്ടക്ക സംഖ്യ മനസ്സിൽ വിചാരിക്കുവാൻ പറയുക. പിന്നീട് താഴെക്കാണുന്ന നിസ്സാര ഗണിതക്രിയകൾ നടത്തുവാനും ആവശ്യപ്പെടുക. ആവശ്യമെങ്കിൽ കടലാസും പേനയും ഉപയോഗിച്ചോട്ടെ.

റെഡി നമുക്കു തുടങ്ങാം.

രണ്ടക്ക സംഖ്യ മനസ്സിൽ വിചാരിച്ചുവല്ലോ.

അതിനോട് 7 കൂട്ടുക

ഈ സംഖ്യ 110-ൽ നിന്നും കുറയ്ക്കുക

വീണ്ടും 15 കൂട്ടുക

ആദ്യം വിചാരിച്ച സംഖ്യ ഇപ്പോൾ കിട്ടിയതിനോട് കൂട്ടുക

2 കൊണ്ട് ഹരിക്കുക

9 കുറക്കുക

3 കൊണ്ടു ഗുണിക്കുക

ഇത്രയും കഴിയുമ്പോൾ നിങ്ങൾക്കു പറയാം, കുട്ടിക്ക് 'ഇപ്പോൾ' കിട്ടിയ ഉത്തരം എത്രയെന്ന്. എങ്ങനെ?

44. കൂട്ടുകാരെ ചുറ്റും വിളിച്ചു നിർത്തുക. എല്ലാ കുട്ടികളോടും പേനയും കടലാസും എടുക്കുവാൻ പറയുക. നിങ്ങളൊരു മാജിക് കാണിക്കുവാൻ പോകുന്നതിന്റെ ഗൗരവത്തിൽ പറയുക.

'ഞാൻ പറയുന്ന ഗണിതക്രിയകൾ ഓരോരുത്തരും ചെയ്യണം. ഓരോരുത്തർക്കും കിട്ടിയ ഉത്തരം ഞാൻ പറയാം' എന്നോ മറ്റോ പൊടിപ്പും തൊങ്ങലും വെച്ച് അവതരിപ്പിക്കുക. പരിപാടി ആരംഭിക്കാം.

നൂറിൽ കുറയാതെ ഒരു സംഖ്യ മനസ്സിൽ വിചാരിക്കുക

ആ സംഖ്യ എഴുതുക

12 കൂട്ടുക

130 ൽ നിന്ന് ഇപ്പോൾ കിട്ടിയ സംഖ്യ കുറയ്ക്കുക.

5 കൂട്ടുക

ആദ്യം മനസ്സിൽ വിചാരിച്ച സംഖ്യ കൂട്ടുക

120 കുറയ്ക്കുക

7 കുറയ്ക്കുക

1 കുറയ്ക്കുക

2 കൊണ്ട് ഹരിക്കുക

30 കൂട്ടുക

'ഇതാണ് ഉത്തരം. വരയിട്ടുവെച്ചോളൂ. ഞാൻ, നിങ്ങൾക്കു കിട്ടിയ ഉത്തരം അങ്ങോട്ടു പറയാം.'

ഓരോ കുട്ടിയേയും അരികിൽ വിളിക്കുക. '40 അല്ലെ' ഉത്തരം എന്നു ചോദിക്കുക. അവൻ (അല്ലെങ്കിൽ അവൾ) അൽഭുതപ്പെടും. അങ്ങനെ ഓരോരുത്തരെയും വിളിക്കുക. ഏതാണ്ട് പകുതിയായാൽ വേണമെങ്കിൽ പറയാം – 'എല്ലാവർക്കും 40 തന്നെയല്ലെ ഉത്തരം?'

മറിച്ചൊരു സംഖ്യ കിട്ടിയ കുട്ടിക്ക് എവിടെയെങ്കിലും തെറ്റുപറ്റിക്കാണും. എന്താണീ സൂത്രത്തിനു പിന്നിലെ സൂത്രം?

45. പൂജ്യത്തെക്കാൾ വലിയതും പത്തിൽ കുറഞ്ഞതുമായ ഒരു സംഖ്യ വിചാരിക്കുക. എന്നിട്ട് താഴെ പറയുന്ന ക്രിയ ചെയ്യുക.

3 കൊണ്ടു ഗുണിക്കുക;

2 കൂട്ടുക;

3 കൊണ്ടു ഗുണിക്കുക;

വിചാരിച്ച സംഖ്യ കൂട്ടുക;

ആദ്യ സംഖ്യ ഉപേക്ഷിക്കുക;

2 കൂട്ടുക;

4 കൊണ്ട് ഹരിക്കുക;

19 കൂട്ടുക;

ഫലം 21 ആണെന്ന് ഞാൻ പറയാം. എങ്ങനെ ഇതു സാധിച്ചു?

46. പൂജ്യത്തെക്കാൾ കൂടിയതും പത്തിൽ കുറഞ്ഞതുമായ ഒരു സംഖ്യ വിചാരിക്കുക. പിന്നീട് താഴെ പറയുന്ന ക്രിയകൾ തെറ്റാതെ നിർവചിക്കുക.

വിചാരിച്ച സംഖ്യയോട് 29 കൂട്ടുക

അവസാന അക്കം കളയുക

10 കൊണ്ടു ഗുണിക്കുക

4 കൂട്ടുക

3 കൊണ്ട് ഗുണിക്കുക

2 കുറക്കുക

ഇപ്പോൾ 100 എന്ന സംഖ്യ കിട്ടിയില്ലേ? ഞാൻ അത് എങ്ങനെ പറഞ്ഞൂ എന്നതല്ലേ?

ആലോചിക്കൂ.

47. പൂജ്യം അല്ലാത്ത എന്നാൽ പത്തിൽ കുറഞ്ഞ ഒരു സംഖ്യ വിചാരിക്കുക.

അതിനെ 25 കൊണ്ട് ഗുണിക്കുക

3 കൂട്ടുക

4 കൊണ്ട് ഗുണിക്കുക

ആദ്യത്തെ അക്കം കളയുക

അവശേഷിക്കുന്ന സംഖ്യയുടെ വർഗം കാണുക,

പിന്നീടു കിട്ടുന്ന സംഖ്യയുടെ അക്കങ്ങൾ കൂട്ടുക.

അതിനോട് 7 കൂട്ടുക.

അന്നേരം 16 അല്ലെ കിട്ടുക.

എങ്ങനെ ഇതു മനസ്സിലാക്കാം?

48. പ്രശ്നം

പൂജ്യമല്ലാത്ത ഏതെങ്കിലും സംഖ്യ വിചാരിക്കുക. അതിനെ 2 കൊണ്ട് ഗുണിക്കുക.

1 കൂട്ടുക

5 കൊണ്ട് ഗുണിക്കുക

അവസാന അക്കം ഒഴിച്ചുള്ളവയെല്ലാം കളയുക

അങ്ങനെ കിട്ടുന്ന സംഖ്യയെ അതുകൊണ്ടുതന്നെ ഗുണിക്കുക

ഈ സംഖ്യയുടെ അക്കങ്ങൾ കൂട്ടുക. 7 അല്ലേ ഉത്തരമായി വരിക? അതെ. മറിച്ചൊരു സംഖ്യയാണ് കിട്ടിയത് എങ്കിൽ എവിടെയെങ്കിലും തെറ്റുപറ്റിക്കാണും: എങ്ങനെ?

49. കണക്കു സംഖ്യയിലെ വികൃതി

കണക്കുസാർ ബഹുതമാശക്കാരനാണ്. അതു കൊണ്ടാണ് കുമാരന് ഏറ്റവും ഇഷ്ടപ്പെട്ട വിഷയം ഗണിതം തന്നെയായത്. അവരുടെ ക്ലാസിലെ മിക്ക കുട്ടികളുടെയും സ്ഥിതി ഇതുതന്നെ. പറയുന്നത് വെറും തമാശയെന്നേ തോന്നൂ. പക്ഷേ ആ തമാശക്കണക്കുകളിലൂടെ അറിയാതെതന്നെ പല തത്ത്വങ്ങളും പഠിക്കുന്നു.

അന്നും ക്ലാസ് തീരാറായപ്പോൾ സാർ പറഞ്ഞു: 'ഒരു എരിയുള്ള മിഠായി തരട്ടെ?' കുട്ടികൾക്കു കാര്യം മനസ്സിലായി. ശരി എന്നവർ. സാർ തുടർന്നു:

'നിങ്ങൾ ഓരോരുത്തരും ആദ്യത്തേതും അവസാനത്തേതും അക്കങ്ങൾ വ്യത്യസ്തമായ ഓരോ മൂന്നക്ക സംഖ്യ മനസ്സിൽ വിചാരിക്കൂ. വേണമെങ്കിൽ ബുക്കിൽ എഴുതിയിട്ടോളൂ. രണ്ടാമതായി ആ സംഖ്യ തിരിച്ചിടുക. അതായത് 192 ആണ് ആദ്യം വിചാരിച്ചത് എങ്കിൽ തിരിച്ചിട്ടാൽ അത് 291 ആകും. ഇപ്പോൾ കിട്ടിയ രണ്ടു സംഖ്യകളിൽ വലിയതിൽ നിന്ന് ചെറിയസംഖ്യയെ കുറയ്ക്കുക. അങ്ങനെ കിട്ടിയ ഉത്തരത്തിലെ അവസാനത്തെ അക്കം എന്നോടു പറയുക. എങ്കിൽ നിങ്ങളുടെ ഉത്തരം - അതും ഒരു മൂന്നക്ക സംഖ്യയാകും - ഞാൻ അങ്ങോട്ടു പറഞ്ഞു തരാം.'

കുട്ടികൾ ഉഷാറായി. സാർ വീണ്ടും പറഞ്ഞു.

'രണ്ടു പേരുടെ ഉത്തരം ഇപ്പോൾ പറഞ്ഞു തരാം. ബാക്കിയുള്ളവരുടെത് നാളെ.'

പെൺകുട്ടികളിൽ നിന്ന് ഗീത എഴുന്നേററുനിന്ന് പറഞ്ഞു: 'എന്റെ ഉത്തരത്തിലെ അവസാന അക്കം 2'

സാർ: 'ഗീതയുടെ ഉത്തരം 792 അല്ലെ?'

ഗീതയും ചുറ്റുമുള്ളവരും 'അതേ സർ' എന്നു പറഞ്ഞ് കൂകിച്ചാടി.

ആൺകുട്ടികളുടെ ഇടയിൽ നിന്ന് കുമാരൻ ചാടി എഴുന്നേററ്: 'സാർ എനിക്ക് 5.'

സാർ: 'കുമാരന്റെ ഉത്തരം 495 അല്ലെ'

അതും ശരിയായിരുന്നു.

ഇതെങ്ങനെ സാധിക്കുന്നു എന്നായി കുട്ടികളുടെ ചിന്ത. ബെല്ലടിച്ചപ്പോൾ സാർ പോയി. എന്തായിരിക്കാം ഇതിലെ തത്ത്വം?

50. മറ്റൊരാൾ വിചാരിച്ച സംഖ്യ നിങ്ങൾ വിളിച്ചുപറയുന്നതാണ് ഈ ഉദാഹരണവും. താഴെപ്പറയുന്ന ക്രിയകൾ മുറയ്ക്കു നടത്തുവാൻ പറയുക:

വിചാരിച്ച സംഖ്യയെ 5 കൊണ്ടു ഗുണിക്കുക

ഇതിനോട് 6 കൂട്ടുക

ഇതിനെ 4 കൊണ്ടു ഗുണിക്കുക

ഇനി 9 കൂട്ടുക

5 കൊണ്ടു ഗുണിക്കുക

പിന്നീട് കിട്ടിയ ഉത്തരം പറയുവാൻ ആവശ്യപ്പെടുക. ഈ ഉത്തരത്തിൽ നിന്ന് 165 കുറച്ച് ബാക്കി കിട്ടുന്നതിനെ 100 കൊണ്ട് ഹരിച്ചു കിട്ടുന്നതാണ് അയാൾ ആദ്യം വിചാരിച്ച സംഖ്യ.

ഇതു ശരിയാണോ?

51. സ്നേഹിതനോട് മനസ്സിൽ ഒരു സംഖ്യ വിചാരിക്കുവാൻ പറഞ്ഞ്, ആ സംഖ്യ അവസാനം നിങ്ങൾ അ

ങ്ങോട്ടു പറഞ്ഞു കൊടുക്കുന്നതിന്റെ മറ്റൊരു രീതി ഇതാ. സ്നേഹിതനോട് താഴെ പറയുന്ന സരളഗണിത ക്രിയകൾ നടത്തുവാൻ പറയൂ. എന്നിട്ട് അവസാനം കിട്ടിയ ഉത്തരം (സംഖ്യ) ചോദിക്കുക. അതിൽ ചില ചില്ലറ തിരിമറി നടത്തി സ്നേഹിതൻ വിചാരിച്ച സംഖ്യ നിങ്ങൾക്ക് അങ്ങോട്ടു പറയാം.

1. വിചാരിച്ച സംഖ്യയെ ഏതെങ്കിലും ഒരു സംഖ്യ കൊണ്ട് (a) ഗുണിക്കുവാൻ പറയൂ. ഈ സംഖ്യ

   (ഇവിടെ a) അയാൾ നിങ്ങളോട് പറയണം.

2. ഈ ഗുണനഫലത്തെ മറ്റൊരു സംഖ്യ (b) കൊണ്ട് ഹരിക്കുക. b ഏതെന്നും നിങ്ങളോടു പറയും.

3. ഹരണഫലത്തെ c കൊണ്ട് ഗുണിക്കുക. c യും പറയണം.

4. ഇപ്പോൾ കിട്ടിയതിനെ d കൊണ്ട് ഹരിക്കുക. d യും നിങ്ങളോടു പറഞ്ഞുതരും.

5. ഈ ഫലത്തെ ആദ്യം വിചാരിച്ച സംഖ്യകൊണ്ട് ഹരിക്കുവാൻ ആവശ്യപ്പെടുക.

6. ഈ ഫലത്തോട് ആദ്യം വിചാരിച്ച സംഖ്യ കൂട്ടുവാൻ പറയുക

ഇപ്പോൾ എന്തു കിട്ടി എന്നു ചോദിക്കുക. അന്നേരം അയാൾ ആദ്യം വിചാരിച്ച സംഖ്യ നിങ്ങൾ അങ്ങോട്ടു പറഞ്ഞുകൊടുക്കും.

എങ്ങനെ? സുഹൃത്ത് ഓരോ ക്രിയ ചെയ്യുമ്പോഴും a, b, c, d ഇവ എത്രയെന്ന് ചോദിച്ച് കുറിച്ചിടാമല്ലോ. ഇത് അത്യാവശ്യമാണ്. എങ്കിൽ മാത്രമേ അയാൾ വിചാരിച്ച സംഖ്യ നിങ്ങൾക്കു പറയുവാൻ കഴിയൂ.

52. ഗൗരവമുള്ള അബദ്ധം

'ഏതൊരു സംഖ്യയും ആ സംഖ്യയെക്കാൾ വലുതായിരിക്കും' എന്നൊരു പ്രസ്താവനയാണ് അടുത്തത്. എന്ത്? 8 എന്നത് എട്ടിനേക്കാൾ വലിയത് എന്നോ? അതുതന്നെ.

അതാവില്ല എന്നു തോന്നിയേക്കാം. ഇല്ലെങ്കിൽ വേണ്ട. ഇക്കാര്യം ഇതാ തെളിയിക്കാൻ പോകുന്നു. തെറ്റു പറ്റിയത് എനിക്കാണോ? എങ്കിൽ ചൂണ്ടിക്കാണിക്കൂ, തിരുത്താം.

a, b ഇവ രണ്ട് ധനസംഖ്യകൾ ആണെന്നും

$$a > b \quad .... (1)$$

എന്നും വിചാരിക്കുക. ഇരുവശവും b കൊണ്ട് ഗുണിക്കുക

$$ab > b^2 \quad .... (2)$$

ഇരുവശത്തുനിന്നും a^2 കുറക്കുക

$$ab - a^2 > b^2 - a^2$$

ഇതു ഘടകങ്ങളാക്കുമ്പോൾ

$$a (b - a) > (b + a) (b - a) \quad .... (3)$$

ഇരുവശവും (b - a) കൊണ്ട് ഹരിക്കുമ്പോൾ:

$$a > b + a \quad .... (4)$$

b ധനസംഖ്യയാകയാൽ a എന്ന സംഖ്യയേക്കാൾ വലിയ ഒരു സംഖ്യയാകുന്നു എന്ന നിഗമനത്തിൽ നാം ചെന്നെത്തുന്നു.

തെറ്റു പറ്റിയത് എനിക്കോ നിങ്ങൾക്കോ?

53. കോഴിക്കൂടുകൾ

കോഴിക്കുഞ്ഞുങ്ങളെ കൂടുകളിൽ ആക്കുന്നതിനെ സംബന്ധിച്ചാണ് ഈ പ്രശ്നം. അല്പം കുസൃതിയുണ്ട് ചോദ്യത്തിൽ. നിർധാരണ സമയത്ത് അക്കാര്യം കൂടി കണക്കിലെടുക്കണം. ആകെ 21 കോഴിക്കുഞ്ഞുങ്ങളുണ്ട്. അവയെ നാലു കൂടുകളിൽ ആക്കണം. ഒരു നിബന്ധന - ഓരോ കൂട്ടിലും ഉള്ള കോഴിക്കുഞ്ഞുങ്ങളുടെ എണ്ണം ഒറ്റസംഖ്യ ആയിരിക്കണം.

54. ക്രിയ ചെയ്യുക

$6 \times 8 \div 12 + 3 \times 24 - 12 \div 6 + 8 =$ എത്ര?

മനസ്സിൽ ക്രിയചെയ്ത് ഉത്തരം കണ്ടുപിടിക്കാമോ?

55. ഗുണനം

30 സെക്കൻഡിലധികം സമയമെടുക്കാതെ ഈ ക്രിയ ചെയ്യൂ:

$9 \times 8 \times 7 \times 6 \times 5 \times 4 \times 3 \times 2 \times 1 \times 0$

56. കളിപ്പാട്ടത്തിന്റെ ഭാരം

ഒരു ഇഷ്ടികയുടെ ഭാരം 4 കി.ഗ്രാം. എല്ലാ അളവുകളും 4 തവണ ചെറിയതായ ഇഷ്ടികാകൃതിയിൽ ഉള്ള കളിപ്പാട്ടത്തിന്റെ ഭാരം എത്രയായിരിക്കും? രണ്ടും ഒരേ വസ്തുവാൽ നിർമിതമാണ്.

57. ത്രാസും കട്ടകളും

ഒരു ത്രാസും 4 സമചതുരക്കട്ടകളും നിങ്ങളുടെ കൈവശം ഉണ്ടെന്നു വയ്ക്കുക. ചതുരക്കട്ടകളെല്ലാം ഒരേ പദാർഥം കൊണ്ടുള്ളതാണ്. ഇവയുടെ ഉയരങ്ങൾ 6 സെമീ., 8 സെമീ., 10 സെമീ., 12 സെമീ. എന്നിങ്ങനെ. ത്രാസിന്റെ രണ്ടു തട്ടുകളിലായി അവ വയ്ക്കുക; ത്രാസ് സംതുലിതാവസ്ഥ കൈവരണം. ഏതെല്ലാം കട്ടകൾ ഓരോ തട്ടിലും വയ്ക്കണം? 6 ഉം 12 ഉം ഒരു തട്ടിലും 8 ഉം 10 ഉം മറ്റെത്തട്ടിലും എന്ന് പെട്ടെന്നു തോന്നുമായിരിക്കും. ഇതു ശരിയല്ല? പിന്നെ എന്തു വഴി? കട്ടകൾ മുറിക്കുകയും അരുത്.

58. ശതമാനത്തിന്റെ കാര്യം

ശതമാനം പഠിപ്പിച്ചുകഴിഞ്ഞശേഷം ഒരു ദിവസം കണക്കുസാർ, അതെക്കുറിച്ച് പൊതുവായ ചില കാര്യങ്ങൾ പറഞ്ഞു.

ഇന്നു നാം ശതമാനം കാണിക്കുവാൻ ഉപയോഗിക്കുന്ന ചിഹ്നം % ആണല്ലൊ. 100 ൽ നിന്ന് 1 00 എന്നായി. പിന്നീട് ഒരു നൂറു വർഷം കഴിഞ്ഞാണ് % ആയത്.

5% എന്നു പറഞ്ഞാൽ $\frac{5}{100}$ എന്നാണല്ലൊ വിവക്ഷ, അതായത് 100 ൽ 5 ഭാഗം.

അതുപോലെ $\frac{1}{2}$ ന്റെ എത്ര ശതമാനമാണ് $\frac{1}{3}$ എന്നു പറയാമോ? പ്രശ്നം എളുപ്പമുള്ളതായി തോന്നുന്നില്ലെ? ശ്രമിച്ചുനോക്കൂ.

59. എത്ര ശതമാനം

ഏതു സംഖ്യയുടെ 6 ശതമാനമാണ്, അമ്പതിന്റെ 30 ശതമാനം?

60. മന്ത്രിക ചതുരം

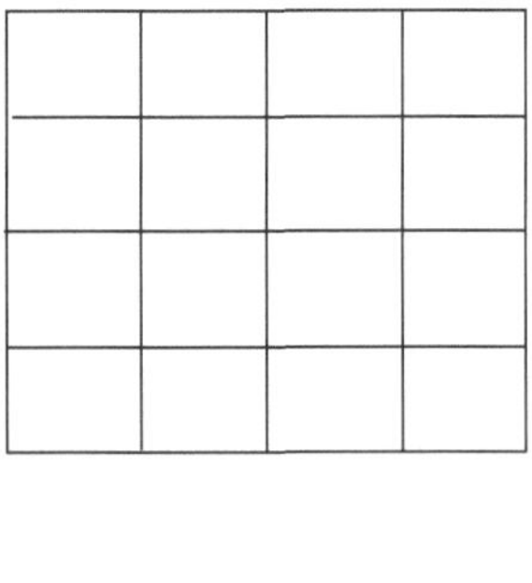

ആദ്യം ഒരു സമചതുരം വരയ്ക്കുക. അതിനെ 16 കള്ളികളാക്കി തിരിക്കുക. എളുപ്പമാണല്ലോ. ഇനിയാണ് പ്രശ്നം. ഈ കള്ളികളിൽ 1 മുതൽ 16 വരെയുള്ള സംഖ്യകൾ എഴുതണം. കുത്തനെയോ വിലങ്ങനെയോ കോണോടുകോണോ കൂട്ടിയാൽ 34 കിട്ടണം. എന്നതാണ് നിബന്ധന.

61. രേഖകൾ മായ്ക്കുക

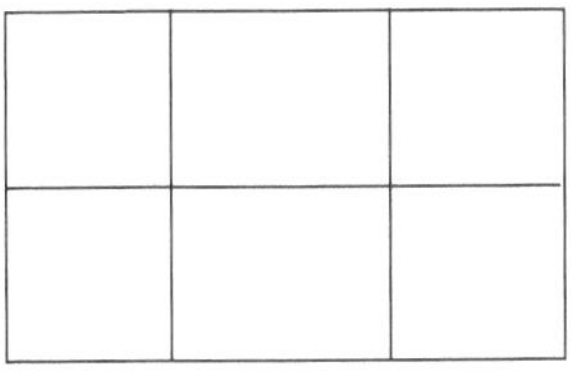

ചിത്രത്തിൽ ആറ് ചെറിയ ചതുരങ്ങൾ ഉണ്ടല്ലോ. 5 രേഖകൾ മാറ്റിയാൽ 3 ചതുരങ്ങൾ മാത്രം അവശേഷിക്കണം. എന്താണ് വഴി?

62. ശ്രീനിവാസ രാമാനുജൻ

ഇരുപതാം നൂററാണ്ടിലെ പ്രശസ്ത ഭാരതീയഗണിതശാസ്ത്രജ്ഞനായിരുന്നു ശ്രീനിവാസ രാമാനുജൻ (1887-1920). സംഖ്യകളുടെ ആരാധകനായിരുന്നു അദ്ദേഹം. ഒരു സംഭവം നടന്നത് ശ്രദ്ധിക്കൂ. അസുഖം ബാധിച്ച് രാമാനുജൻ ആശുപത്രിയിൽ കിടക്കുകയായിരുന്നു. അദ്ദേഹത്തിന്റെ സുഹൃത്തും സഹായിയും ആയിരുന്നു പ്രശസ്ത ഗണിതശാസ്ത്രജ്ഞൻ ആയ ഹാർഡി. ഹാർഡി രാമാനുജനെ ആശുപത്രിയിൽ ചെന്നു കണ്ടു.

ഒരുപാടുനേരം അവർ സംസാരിച്ചുകൊണ്ടിരുന്നു. സംസാരം സ്വാഭാവികമായും ഗണിതശാസ്ത്രത്തിലേക്കും അതുവഴി സംഖ്യകളിലേക്കും തിരിഞ്ഞു. എല്ലാ സംഖ്യകൾക്കും ഒന്നല്ലെങ്കിൽ മറ്റൊരു പ്രത്യേകതയുണ്ട് എന്ന് സാന്ദർഭികമായി ശ്രീനിവാസരാമാനുജൻ അഭിപ്രായപ്പെട്ടത് ഹാർഡിക്ക് സ്വീകാര്യമായി തോന്നിയില്ല. താൻ യാത്ര ചെയ്ത കാറിന്റെ നമ്പർ 1729 ആണെന്നും ഒരു പ്രത്യേകതയും ആ സംഖ്യക്കുണ്ടെന്ന് തോന്നുന്നില്ല എന്നും ഹാർഡി പറഞ്ഞു. രാമാനുജനാകട്ടെ അങ്ങനെ അല്ലെന്ന് ചാടിക്കയറി പ്പറഞ്ഞു.

$$10^3 + 9^3 = 1729 = 12^3 + 1^3$$

ഓർമയില്ലേ എന്നായി രാമാനുജൻ. രണ്ട് ഘനങ്ങളുടെ തുകയായി എഴുതാവുന്ന ഏററവും ചെറിയ സംഖ്യയാണ് ഹാർഡിയുടെ കാർ നമ്പർ എന്നായി രാമാനുജൻ. എന്തെങ്കിലും കൊച്ചുവർത്തമാനം പറഞ്ഞിരിക്കേണ്ട സമയത്ത് അവരുടെ സംസാര വിഷയം ഇതാണല്ലോ, എന്നോർത്ത് അൽഭുതം തോന്നുന്നുണ്ടോ? ഗണിതത്തോടുള്ള അദമ്യമായ സ്നേഹം എന്നല്ലാതെ എന്തു പറയാൻ.

ഇങ്ങനെ സംഖ്യകളോട് ഒരു തരം ഭ്രാന്തൻ ആവേശം തന്നെയുള്ള രാമാനുജന് പ്രിയപ്പെട്ട നാല് സംഖ്യകളായിരുന്നു 153, 370, 371, 407 എന്നിവ.

എന്തുകൊണ്ടായിരുന്നു ഇത് എന്നു പറയാമോ? അല്ലെങ്കിൽ ഈ സംഖ്യകളുടെ പ്രത്യേകതകൾ എന്തെന്ന് കണ്ടുപിടിക്കാമോ?

63. സംഖ്യകളുടെ രണ്ടു കോളങ്ങൾ നോക്കൂ. എന്തൊരു ഭംഗി അല്ലേ? അതു ശരി. നമ്മെ സംബന്ധിച്ചിടത്തോളം മറ്റൊന്നാണ് പ്രസക്തം. ഇടത്തുവശത്തുള്ള കോളം തലതിരിച്ചിട്ടതാണ് വലതു വശത്തെ കോളം. സംഖ്യകൾ ഇടം വലം തിരിഞ്ഞതുമാണ്.

1 2 3 4 5 6 7 8 9	1
1 2 3 4 5 6 7 8	1 2
1 2 3 4 5 6 7	1 2 3
1 2 3 4 5 6	1 2 3 4
1 2 3 4 5	1 2 3 4 5
1 2 3 4	1 2 3 4 5 6
1 2 3	1 2 3 4 5 6 7
1 2	1 2 3 4 5 6 7 8
1	1 2 3 4 5 6 7 8 9

രണ്ടു കോളവും കൂട്ടിയാൽ ഏതായിരിക്കും വലിയ സംഖ്യ? ഒററനോട്ടത്തിൽ പറയണം. അതുകഴിഞ്ഞ് യഥാർഥത്തിൽ ഏതാണ് വലിയത് എന്നറിയുവാൻ കൂട്ടി നോക്കി ബോധ്യപ്പെടാം.

64. സംഖ്യയും തുകയും

'നിങ്ങൾ ഏതെങ്കിലും രണ്ട് സംഖ്യകൾ എഴുതുക. അതിന്റെ കൂടെ ഞാൻ മൂന്നാമതൊരു സംഖ്യ എഴുതി ഈ മൂന്നു സംഖ്യകളുടെയും തുക ഞൊടിയിടകൊണ്ടു പറയാം.'

കുമാരൻ കൂട്ടുകാരെ വെല്ലുവിളിച്ചു.

ഉദാഹരണമായി നിങ്ങൾ

72603294

51273081

എന്നീ രണ്ട് സംഖ്യകൾ എഴുതി എന്നു കരുതിക്കോളൂ. ഞാൻ മൂന്നാമത്തെ സംഖ്യ കൂടി എഴുതി ഈ മൂന്നു സംഖ്യകളുടെ സങ്കലന ഫലം നിമിഷനേരം കൊണ്ടു പറഞ്ഞു തരാം. ആ സംഖ്യക്കും ഒരു പ്രത്യേകത കാണാം.

'നിനക്കതും അതിലപ്പുറവും പററും. നീ കണക്കിൽ കാലനാണല്ലോ' മറെറാരുകുട്ടി അഭിപ്രായപ്പെട്ടു.

'അങ്ങനെ ഒന്നും ഇല്ല. വളരെ ലളിതമാണീക്രിയ എന്നായി കുമാരൻ.'

എന്തായിരിക്കാം കുമാരന്റെ ലളിതമായ സൂത്രം? കുമാരൻ എഴുതുന്ന മൂന്നാമത്തെ സംഖ്യക്ക് എന്തെങ്കിലും പ്രത്യേകത ഉണ്ടാകുമോ?

65. ഏതുകൈയിൽ?

ഒരു ദിവസം കുമാരനെ ഏട്ടൻ വിളിച്ചു. അപ്പോഴേ അവനൂഹിച്ചു എന്തെങ്കിലും തമാശ പറഞ്ഞു തരുവാനാകും എന്ന്. എങ്കിൽ നാളെ ക്ലാസിൽ ചെന്ന് അത് ചൂടാറാതെ പൊട്ടിക്കണം.

ഏട്ടൻ ഒരു 10 പൈസത്തുട്ടും ഒരു 5 പൈസത്തുട്ടും കുമാരനു കൊടുത്തു. എന്നിട്ട് ഇങ്ങനെ പറഞ്ഞു.

'ഓരോ നാണയത്തുട്ടും നിനക്ക് ഇഷ്ടമുള്ള കൈയിൽ വയ്ക്കാം. ഓരോന്നും ഏതു കൈയിൽ ആണെന്ന് ഞാൻ പറയാം.'

നല്ല വിദ്യ എന്നു തോന്നി കുമാരന്. 'ഞാൻ ചോദിക്കുന്നതിന് നീ ഉത്തരം പറയണ്ം' എന്ന ഏട്ടന്റെ നിബന്ധനക്കും അവൻ വഴങ്ങി.

'വലത്തെ കൈയിലുള്ള നാണയത്തിന്റെ മൂല്യത്തെ 3 കൊണ്ടു ഗുണിക്കുക. ഇടതു കൈയിലുള്ളതിന്റെ മൂല്യത്തെ 2 കൊണ്ടു ഗുണിക്കുക. ഗുണന ഫലം രണ്ടും കൂട്ടുക. ഈ തുക ഇരട്ടയെങ്കിൽ 10 പൈസ നാണയം

വലതു കൈയിൽ ആയിരിക്കും. ഒറ്റയാണെങ്കിൽ ഈ 10 പൈസ നാണയം ഇടതുകൈയിലും ആയിരിക്കും.' കുമാരൻ മനസ്സിൽ 3 ഇരട്ടിയും 2 ഇരട്ടിയും ആക്കി കൂട്ടി 5 പൈസ നാണയവും 10 പൈസ നാണയവും ഏതേതു കൈകളിൽ ആണെന്നു ബോധ്യപ്പെട്ടു.

സംഗതി ബോധ്യമായപ്പോൾ ഈ സൂത്രത്തിന്റെ പിറകിൽ ഉള്ള തത്ത്വം എന്തെന്നായി അവന്റെ അന്വേഷണം. ഏട്ടനാണെങ്കിൽ അതു പറഞ്ഞു കൊടുത്തുമില്ല.

നിങ്ങൾക്കെന്തു തോന്നുന്നു.

66. സയൻസ് ക്ലബ്ബ് അംഗത്വം

എന്തുകൊണ്ടാണെന്ന് അറിയില്ല, ആ വർഷം സയൻസ് ക്ലബ്ബിൽ ചേരുവാൻ കുട്ടികളുടെ ഭയങ്കര തിരക്ക്. തിരക്ക് അല്പം കുറയ്ക്കുവാൻ, സയൻസ് ക്ലബ്ബ് പ്രസിഡന്റു കൂടിയായ അധ്യാപകൻ അംഗത്വത്തിന് ഒരു ചെറിയ പരീക്ഷ വച്ചു. എല്ലാവർക്കും താഴെപ്പറയുന്ന ചോദ്യം കൊടുത്തു:

1 1 1

3 3 3

5 5 5

7 7 7

9 9 9

എന്നീ സംഖ്യകളിൽ 12 അക്കങ്ങൾ പൂജ്യമാക്കിയാൽ തുക 20 കിട്ടും. ഇതാ ഇതു പോലെ

0 1 1

0 0 0

0 0 0

0 0 0

0 0 9

2 0

ഇങ്ങനെ 20 ലഭിക്കുവാൻ മററു മാർഗങ്ങളും ഉണ്ട്. എന്നാൽ 5 അക്കങ്ങൾ പൂജ്യമാക്കിയാൽ തുക 1111 കിട്ടുവാൻ എന്താണ് വഴി?

67. ഇരുപത്

1 + 1 + 3 + 5 = 10

1 + 1 + 1 + 7 = 10

1 + 3 + 3 + 3 = 10

എന്നത് ശ്രദ്ധിക്കുക. ഇവിടെയെല്ലാം 4 ഒറ്റ സംഖ്യകൾ കൂട്ടിയപ്പോൾ തുക 10 കിട്ടി. 4 ഒറ്റ സംഖ്യകൾ കൂട്ടുമ്പോൾ 10 കിട്ടുന്ന 3 മാർഗങ്ങൾ മാത്രമേയുള്ളൂ. സംഖ്യകളുടെ ക്രമം മാറ്റി കൂട്ടുന്നത് ഒരു പുതിയ നിർധാരണമായി കണക്കാക്കുവാനാവില്ലല്ലോ.

ഇതുപോലെ 8 ഒററ സംഖ്യകൾ കൂട്ടിയാൽ തുക 20 കിട്ടും. ഇത്തരം 11 നിർധാരണങ്ങൾ ഉണ്ട്. അവ ഏവ?

68. കാറിന്റെ വേഗം എത്ര?

ഗണിത പ്രൊഫസർ കാർ ഓടിച്ചു കൊണ്ടുപോകുകയായിരുന്നു. പമ്പിൽ പെട്രോൾ അടിക്കുവാൻ കയറി. ഓഡോമീറ്റർ നോക്കിയപ്പോൾ കാർ കൃത്യം 15951 കിമീ. ഓടിയിരിക്കുന്നു. ഒരിക്കൽ കൂടെ ആ സംഖ്യ തിരിച്ചിട്ടാലും ഓടിയ ദൂരം മാറുകയില്ല. ആദ്യവസാനം 1. രണ്ടും നാലും സ്ഥാനത്ത് 5. മധ്യത്തിൽ 9 ഉം.

പെട്രോൾ അടിച്ച്, വളവും തിരിവും ഉള്ള റോഡാണെങ്കിലും സാമാന്യം വേഗത്തിൽ പ്രൊഫസർ കാർ ഓടിച്ചു. കൃത്യം രണ്ടു മണിക്കൂർ കഴിഞ്ഞപ്പോൾ ഓഡോമീറ്ററിൽ ഇതേ പ്രത്യേകതകളുള്ള അടുത്ത സംഖ്യ പ്രത്യക്ഷപ്പെട്ടു. കാറിന്റെ വേഗമെത്ര?

69. ഏത് ചിഹ്നം?

23 എന്ന സംഖ്യയിലെ 2, 3 എന്നീ അക്കങ്ങൾക്കിടയിൽ ഒരു ചിഹ്നം എഴുതിയാൽ കിട്ടുന്ന സംഖ്യ 2 നും 3 നും ഇടയിൽ മൂല്യമുള്ളതായിരിക്കണം. ഏതാണ് ആ ചിഹ്നം? പ്രസ്തുത സംഖ്യ ഏത്?

70. ആ സംഖ്യ ഏത്?

ഒരേ അക്കങ്ങളുള്ള ഒരു രണ്ടക്ക സംഖ്യയെ 99 കൊണ്ട് ഗുണിക്കുന്നു. ഗുണനഫലം ഒരു നാലക്ക സംഖ്യ ആണല്ലോ. ആ സംഖ്യയുടെ മൂന്നാമത്തെ (പത്തിന്റെ സ്ഥാനത്തെ) അക്കം 5 ആണെങ്കിൽ സംഖ്യ എത്ര?

71. ശരാശരിയുടെ ശരി

അമ്മയും മകളും തമ്മിൽ ഒരു തർക്കം. വീട്ടുകാര്യമായിരുന്നെങ്കിൽ

'പോട്ടെ' എന്നു കരുതാമായിരുന്നു. പക്ഷേ അതൊരു ഗണിതപ്രശ്നമായിരുന്നു. അതുകൊണ്ടു തന്നെ അതെന്തെന്നു നമുക്ക് നോക്കാം. കുറെ കൈയെഴുത്തുപ്രതി ടൈപ്പ് ചെയ്യുന്നതിനായി അമ്മ മകളെ ഏല്പിച്ചു. 'ശരി' എന്ന് മകൾ.

'ദിവസം ശരാശരി 20 പേജ് ഞാൻ ടൈപ്പ് ചെയ്യും'- മകൾ

പക്ഷേ കൈയെഴുത്തു പ്രതിയുടെ ആദ്യപകുതി വളരെ പതുക്കെ മാത്രമെ അവൾ ടൈപ്പ് ചെയ്തുള്ളൂ. ദിവസം 10 പേജുകൾ വീതം. ഈ 'മെല്ലെപോക്കി'നു പകരം, അവസാനഭാഗങ്ങൾ ധൃതിയിൽ ടൈപ്പ് ചെയ്തു തീർക്കുവാൻ മകൾ തീരുമാനിച്ചു. അങ്ങനെ ദിവസേന 30 പേജ് വച്ച് ടൈപ്പ് ചെയ്ത് ജോലി തീർത്തു.

നോക്കമ്മേ! ദിവസം ശരാശരി 20 പേജ് വെച്ച് ഞാൻ ടൈപ്പ് ചെയ്തു.

'10 + 30 ന്റെ പകുതി 20 അല്ലെ?' - മകൾ

'തെറ്റ്. ശരാശരി നീ 20 പേജ് ടൈപ്പ് ചെയ്തിട്ടില്ല.' - അമ്മ തട്ടിക്കയറി

'ശരി' ആരുടെ ഭാഗത്താണ്?

72. ഏക രണ്ടക്കസംഖ്യ

ഒരേസമയം വർഗവും ഘനവും ആയ ഏക രണ്ടക്കസംഖ്യ ഏത്?

73. സൈക്കിളുകാരനും മുട്ടയും

ഒരാൾ സൈക്കിളിൽ ഒരു കുട്ട മുട്ട കെട്ടിവച്ച് യാത്രയായിരുന്നു. തിരക്കുള്ള റോഡ്. ഒരു കാർ ഈ സൈക്കിളിൽ ഒന്നു മുട്ടി. സൈക്കിൾ യാത്രക്കാരന് കാര്യമായി ഒന്നും പറ്റിയില്ല എങ്കിലും മുട്ടമുഴുവൻ റോഡിൽ വീണ് പൊട്ടി. സാമാന്യ മര്യാദകാണിച്ച് കാർഡ്രൈവർ മുട്ടക്കാരന് കുറച്ചു പൈസ കൊടുക്കാം എന്നു പറഞ്ഞു. പക്ഷേ ആകെ എത്ര മുട്ട ഉണ്ടായിരുന്നു എന്നറിയണമല്ലൊ. അതുമാത്രം മുട്ടക്കാരന് അറിയില്ല. എന്തു ചെയ്യും?

പക്ഷേ അയാൾ പറഞ്ഞു:- 'ആകെയുള്ള മുട്ടയെ 2, 3, 4, 5, 6 ഇവ കൊണ്ട് ഹരിച്ചാൽ എല്ലായ്പ്പോഴും ഒരു മുട്ട ബാക്കിയാകും. പക്ഷേ ഏഴ് മുട്ടകൾ വീതം കുട്ടയിലെ മുട്ടയെ ഭാഗിച്ചാൽ ഒന്നും ബാക്കി ഉണ്ടാവില്ല.'

എങ്കിൽ അയാളുടെ കുട്ടയിൽ ആകെ എത്ര മുട്ടകൾ ഉണ്ടായിരുന്നു?

അവിടെ കൂടിയവരിൽ ഒരാൾ പ്രശ്നത്തിന് ഒരു പരിഹാരം കണ്ടെത്താം എന്നു പറഞ്ഞു.

എന്തായിരിക്കും അത്?

74. ഒരു പ്രത്യേക സംഖ്യ

ഒട്ടേറെ സവിശേഷതകളുള്ള ഒരു മൂന്നക്ക സംഖ്യയാണ് ഇത്. ഈ സംഖ്യയിൽ നിന്ന് 7 കുറച്ചാൽ കിട്ടുന്ന സംഖ്യയെ 7 കൊണ്ടും, 8 കുറച്ചാൽ കിട്ടുന്ന സംഖ്യയെ 8 കൊണ്ടും, 9 കുറച്ചാൽ കിട്ടുന്ന സംഖ്യയെ 9 കൊണ്ടും ഹരിക്കാവുന്നതാണ്. ഏതാണീ സവിശേഷ സംഖ്യ?

75. എന്ന് കരയ്ക്കടുക്കും?

1953 ജനുവരി 2 ന് ഉച്ചക്ക് നാലു കപ്പലുകൾ ഒരു തുറമുഖത്തുനിന്ന് യാത്രതിരിച്ചു. ഓരോ 4 ആഴ്ച കൂടുമ്പോൾ ആദ്യ കപ്പലും, ഓരോ 8 ആഴ്ച കൂടുമ്പോൾ രണ്ടാമത്തെ കപ്പലും ഓരോ 12 ആഴ്ച കുടുമ്പോൾ മൂന്നാമത്തെ കപ്പലും ഓരോ 16 ആഴ്ച കൂടുമ്പോൾ നാലാമത്തെ കപ്പലും അതേ തുറമുഖത്ത് വരുന്നു.

എങ്കിൽ ഈ നാലു കപ്പലുകളും ഒരുമിച്ച് ആ തുറമുഖത്ത് വീണ്ടും എന്നെത്തും?

76. ഏക മൂന്നക്കസംഖ്യ

ഒരേസമയം വർഗവും ഘനവും ആയ ഏക മൂന്നക്കസംഖ്യ ഏത്?

77. സ്ക്കൂളിൽ എത്തൽ

ഷിഫ്ട് ഉള്ള സ്ക്കൂളിൽ ആണ് കുമാരൻ പഠിച്ചിരുന്നത്. അതും രാവിലത്തെ ഷിഫ്ടിൽ. അതുകൊണ്ട് അതിരാവിലെ തന്നെ വീട്ടിൽ നിന്നിറങ്ങും.

ആകെയുള്ള ദൂരത്തിന്റെ നാലിൽ ഒന്ന് നടക്കുമ്പോൾ ഒരു അമ്പലത്തിന്റെ അടുത്തെത്തുന്നു. മൂന്നിൽ ഒന്നു ദൂരം പിന്നിട്ടാൽ ഗ്രാമത്തിൽ പുതിയതായി നിലവിൽ വന്ന ശ്മശാനവും ആയി. അമ്പലത്തിനടുത്തെത്തിയാൽ 7.30 ന്റെ പൂജയ്ക്കുള്ള മണികിലുങ്ങും, എന്നും. ശ്മശാനത്തിനടുത്തെത്തിയാൽ കൈയിലെ വാച്ചിൽ സമയം കൃത്യം 7.35 ആയിരിക്കും. ഇതൊരു നിത്യപതിവായിരുന്നു

എങ്കിൽ കുമാരൻ എപ്പോൾ ആണ് വീട്ടിൽ നിന്ന് സ്ക്കൂളിലേക്ക് ഇറങ്ങുന്നത്? എപ്പോൾ സ്ക്കൂളിൽ എത്തും?

78. മൂന്നക്ക സംഖ്യ

ഇതൊരു 3 അക്കസംഖ്യ. ഏകക അക്കത്തേക്കാൾ 5 കൂടുതലാണ് പത്താം സ്ഥാനത്തെ അക്കം. ആറാം സ്ഥാനത്തെ അക്കം പത്താം സ്ഥാന അക്കത്തേക്കാൾ 8 കുറവുമാണ്. സംഖ്യ ഏത്?

79. കുട്ടികളും പട്ടികളും

സന്ധ്യാസമയം. മുറ്റത്ത് ഏതാനും കുട്ടികളും പട്ടികളും കളിക്കുന്നു. പട്ടികളെ കെട്ടഴിച്ച് വ്യായാമം കൊടുക്കുന്ന സമയമാണ്. കോളനിയിലെ മിക്കവാറും 'ഓമന'കളും പ്രൊഫസറുടെ മുറ്റത്ത് ഉണ്ടായിരിക്കും. 4 സെന്റ് മുറ്റമുള്ള കോളനിയിലെ ഏക വീടാണല്ലോ അത്.

പ്രൊഫസർ ഇളയ മകനെ വിളിച്ച് പറഞ്ഞു:- 'ഈ മുറിയുടെ ജനാലയിലൂടെ നോക്കിയാൽ നമ്മുടെ മുറ്റത്ത് 21 തലകളും 70 കാലുകളും കാണുന്നു. എങ്കിൽ അവിടെ എത്ര പട്ടികളും എത്ര കുട്ടികളും ഉണ്ടെന്നു പറയാമോ?'

വിവിധ സാധ്യതകൾ എടുത്തുനോക്കി മകൻ അവസാനം ശരിയുത്തരം അച്ഛനു നൽകി.

എന്തായിരുന്നു അത്?

80. ക്ലോക്കിനെ ഭാഗിക്കൽ

സ്ക്കൂളിലെ പഴയ ക്ലോക്കിന്റെ കാര്യം പറയുകയായിരുന്നു കണക്കുസാർ. 1 മുതൽ 12 വരെ എഴുതിയ വൃത്താകൃതിയിൽ ഉള്ള ഡയൽ ബോർഡിൽ വരച്ചു. കുട്ടികൾ അതുപകർത്തി. ഈ ഡയലിനെ മൂന്നു ഭാഗങ്ങളാക്കി വിഭജിക്കണം.

നിബന്ധന: ഓരോ ഭാഗത്തുള്ള സംഖ്യകൾ കൂട്ടിയാൽ ഒരേ സംഖ്യ കിട്ടണം ഇതാണ് പ്രശ്നം. എന്താണ് പോംവഴി.

81. ശരിയുത്തരം എത്ര?

ഒരു പരീക്ഷ. ആകെ 24 ചോദ്യങ്ങൾ ഉണ്ടായിരുന്നു. ഉത്തരം 'ശരി/തെറ്റ്' രീതിയിൽ ആണുതാനും. 'ശരി' ഉത്തരത്തിന് 5 മാർക്ക്, പക്ഷേ ഉത്തരം തെറ്റിയാൽ 7 മാർക്ക് കുറയ്ക്കും. വേണമെങ്കിൽ ചോദ്യം ശ്രമിക്കാതെ വിടാം. അന്നേരം മാർക്ക് കൂടുകയും കുറയുകയും ഇല്ല.

എല്ലാ ചോദ്യത്തിനും ഉത്തരം എഴുതിയ കുട്ടിക്ക് അവസാനം പൂജ്യം മാർക്കാണ് കിട്ടിയത് എങ്കിൽ എത്ര എണ്ണം ശരി ആയിരുന്നു?

82. വരന്റെ ശമ്പളം

പെണ്ണു കാണുവാൻ ചെന്നപ്പോൾ ഗണിതപ്രൊഫസർ കൂടി ആയ പെൺകുട്ടിയുടെ അച്ഛൻ അയാൾക്ക് എത്ര രൂപ ശമ്പളം കിട്ടുമെന്ന് ചോദിച്ചു.

നാലഞ്ചു പേരുടെ ഇടയിൽ വച്ച് ശമ്പളക്കാര്യം ചോദിച്ചത് ചെറുപ്പക്കാരന് സുഖിച്ചില്ല. എങ്കിലും പറയാതിരിക്കുന്നതും ശരിയല്ലല്ലൊ. അയാൾ മറ്റാർക്കും മനസ്സിലാകാതിരിക്കുവാനായി ഇങ്ങനെ ഉത്തരം നൽകി:

ഒന്നു മുതൽ പത്തുവരെയുള്ള ഏതു സംഖ്യകൊണ്ടും വിഭജിക്കാവുന്ന ഏറ്റവും ചെറിയ സംഖ്യ.

പ്രൊഫസർക്ക് പയ്യന്റെ ശമ്പളം എത്രയെന്ന് മനസ്സിലായി. നിങ്ങൾക്കോ?

83. ചതുരങ്ങൾ

മൂന്നു ചതുരം വരയ്ക്കണം. എത്ര നേർരേഖകൾ വേണം? സാധാരണ രീതിയിലാണെങ്കിൽ 4 x 3 = 12 നേർരേഖ, അല്ലെ. പക്ഷേ, എട്ടു നേർരേഖകളേ തന്നിട്ടുള്ളു എങ്കിലോ? വ്യത്യസ്തങ്ങളായ മൂന്നു ചതുരങ്ങൾ വരയ്ക്കാമോ?

84. വലിയത് ഏത്?

$$\sqrt{x}$$

സംഖ്യകളുടെ മൂലം കാണാൻ അറിയാമല്ലോ. 4 ന്റെ വർഗമൂലമാണ് 2; 27 ന്റെ മൂന്നാം മൂലമാണ് 3; 625 ന്റെ നാലാം മൂലമാണ് 5. സംഖ്യകളുടെ മൂലങ്ങളുമായി ബന്ധപ്പെട്ട ഒരു പ്രശ്നമാണ് ഇത്.

ഒറ്റനോട്ടത്തിൽ ഒരുത്തരം നൽകുക പ്രയാസമാണ്. 'ശരി'യാകുവാനുള്ള സാധ്യത രണ്ടിനും ഉണ്ട് എന്ന് തോന്നിപ്പിക്കും. അല്പം ശ്രമിച്ചാൽ 'കള്ളി' വെളിച്ചത്താവും. ഇനി പ്രശ്നം:

4 ന്റെ നാലാം മൂലമാണോ, 7 ന്റെ ഏഴാം മൂലമാണോ വലിയത്?

85. ചോദ്യങ്ങൾ കണ്ടുപിടിക്കാമോ?

പതിവിനു വിപരീതമാണിവിടെ. സാധാരണ ഉത്തരമാണല്ലോ കണ്ടുപിടിക്കേണ്ടത്. ഇവിടെ, ചോദ്യം കണ്ടുപിടിക്കാനാണു ചോദ്യം.

കൂട്ടുകാരനോട് 1 മുതൽ 1000 വരെയുള്ള ഒരു സംഖ്യ മനസ്സിൽ വിചാരിക്കുവാൻ പറയുക. അയാൾ 'വിചാരിച്ചു'എന്നും ഇരിക്കട്ടെ.

അയാളോട് നിങ്ങൾ പത്തു ചോദ്യങ്ങൾ ചോദിക്കുക. പത്തേ പത്തു ചോദ്യങ്ങൾ മാത്രം. അവയ്ക്ക് അയാൾ 'അതെ', 'അല്ല' എന്നതിൽ ഏതെങ്കിലും ഒരു ഉത്തരം മാത്രം നൽകിയാൽ മതി.

ഉത്തരങ്ങൾ ലഭിച്ചു കഴിഞ്ഞാൽ കൂട്ടുകാരൻ വിചാരിച്ച സംഖ്യ ഏതെന്ന് നിങ്ങൾക്കു പറയുവാൻ പറ്റും. എങ്കിൽ ചോദിക്കേണ്ട ആ പത്ത് ചോദ്യങ്ങൾ ഏവ?

86. പതിനഞ്ച് കിട്ടുവാൻ

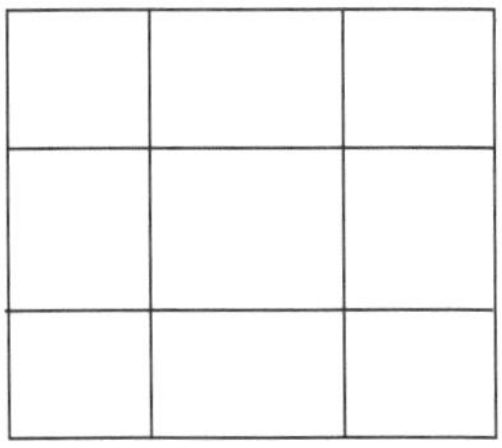

ചിത്രത്തിലെ കള്ളികളിൽ 1 മുതൽ 9 വരെയുള്ള അക്കങ്ങൾ എഴുതുക. രണ്ടു നിബന്ധനകൾ പാലിക്കണം. ഒന്ന്: കോണോടു കോണായോ, കുത്തനെയോ വിലങ്ങനെയോ കൂട്ടിയാൽ 15 കിട്ടണം. രണ്ട്: ഒരക്കം ഒരു തവണയേ ഉപയോഗിക്കാവൂ. എല്ലാ അക്കങ്ങളും ഉപയോഗി ക്കുകയും വേണം.

87. ത്രികോണം

ABC എന്ന ത്രികോണത്തിന്റെ മൂലകളായ A യിൽ 1, B യിൽ 2, C യിൽ 3 എന്നീ സംഖ്യകൾ എഴുതിയിരിക്കുന്നു. ഓരോ ഭുജത്തിലും എഴുതിയ സംഖ്യകൾ കൂട്ടിയാൽ 17 കിട്ടത്തക്കവിധം 4, 5, 6, 7, 8, 9 എന്നീ സംഖ്യകൾ ത്രികോണത്തിന്റെ മൂന്നു ഭുജങ്ങളിൽ എഴുതാമോ?

88. ഹരണഫലം

ഈ ചോദ്യത്തിനുത്തരം എത്ര വേഗം പറയുവാൻ പറ്റുമോ അത്രയും മിടുക്കൻ ആയിരിക്കും നിങ്ങൾ. ശ്രമിച്ചുനോക്കാം? റെഡി? എങ്കിൽ തുടങ്ങാം:

987654312 നെ 8 കൊണ്ട് ഹരിച്ചാൽ എന്തു കിട്ടും? കടലാസും പേനയും ഉപയോഗിക്കരുതേ!

89. കള്ളികളിലെ സംഖ്യകൾ

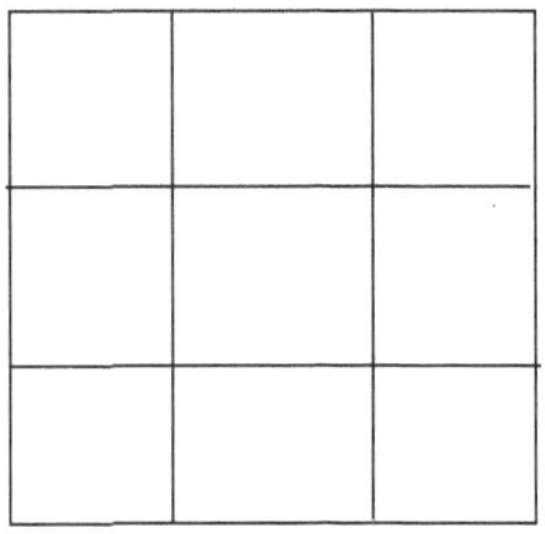

ചിത്രത്തിലെ കള്ളികളിൽ 1, 2, 3, 10, 11, 12, 19, 20, 21 എന്നീ സംഖ്യകൾ ഓരോന്ന് ഓരോ തവണ എഴുതുമ്പോൾ കുത്തനെയോ വിലങ്ങനെയോ കോണോടു കോണായോ കൂട്ടിയാൽ തുക 33 കിട്ടണം: ഓരോ കള്ളിയിലും ഏതേത് സംഖ്യ എഴുതണം?

90. ബൈൻഡിങ് കൂലി

പഠിച്ചവളെങ്കിലും അയാളുടെ ഭാര്യക്ക് വിവരം കുറവാണ്. ഒരു ദിവസം റോഡ് വക്കിലെ, പഴയ ഗ്രന്ഥങ്ങൾ വിൽക്കുന്നിടത്തു നിന്ന് അയാൾ ഒരു

പുസ്തകം വാങ്ങി. വീട്ടിൽ വന്ന് അതു മറിച്ചു നോക്കുന്നതു കണ്ടപ്പോൾ ഭാര്യ ഒന്നും പറഞ്ഞില്ല. മുഖഭാവം കണ്ടാൽ അറിയാം അവളുടെ നീരസം. അയാൾ അത് കണ്ടതായി ഭാവിച്ചതേയില്ല.

രണ്ടു ദിവസം കഴിഞ്ഞ് അതേ ഗ്രന്ഥം വൃത്തിയായി ബൈൻഡ് ചെയ്തതുമായി അയാൾ വന്നു.

'കീറപ്പുസ്തകം വാങ്ങിയതുപോട്ടെ. ബൈൻഡിങ്ങിനും പൈസ മുടക്കണോ' – ഭാര്യയുടെ പ്രതിഷേധം അണപൊട്ടി.

'പുസ്തകത്തിനും ബൈൻഡിങ്ങിനും കൂടി രണ്ടര രൂപയെ ആയുള്ളൂ' – അയാൾ: ആത്മഗതം എന്ന കണക്കെ അയാൾ തുടർന്നു: 'ബൈൻഡിങ് കൂലിയെക്കാൾ രണ്ടു രൂപ കൂടുതലാണ് പുസ്തകത്തിന്റെ വില.'

'ഈ കീറപ്പുസ്തകം ബൈൻഡ് ചെയ്യുവാൻ അമ്പതുപൈസയോ?' – ഭാര്യ കലിതുള്ളി.

'നീ പോയി കണക്കു പഠിച്ചുവാ! എന്നിട്ടാകട്ടെ എന്റെ നേരെയുള്ള ചാട്ടം' – അയാൾ കിട്ടിയ സന്ദർഭം ഉപയോഗിച്ചു.

ഭാര്യക്കു തെറ്റുപറ്റിയോ? ബൈൻഡിങ് കൂലി എത്രയായിരിക്കും? പുസ്തകവില എന്താകും?

91. വക്കീൽ വീണ്ടും രംഗത്ത്

ബുദ്ധിമാനും എന്നാൽ അരക്കിറുക്കനെന്ന പേരിൽ അറിയപ്പെടുന്നയാളുമായ വക്കീലിന്റെ കാര്യം ഓർമയില്ലേ? (ചോദ്യം 40 നോക്കുക). അതേ വക്കീൽ തന്നെയാണ് ഇവിടെയും കഥാപാത്രം.

ഒരു ദിവസം നമ്മുടെ വക്കീൽ ഭാര്യയും മകനുമായി ബസ്സിൽ കയറി. ബസ്സിൽ തിരക്കേ ഇല്ല. അല്പം കഴിഞ്ഞപ്പോൾ 'കുട്ടിക്കെത്ര വയസ്സായി' എന്ന് കണ്ടക്ടർ ചോദിച്ചു.

തന്റെ കുടുംബ കാര്യങ്ങളിൽ കണ്ടക്ടർ താത്പര്യം കാണിച്ചതിൽ വക്കീൽ സന്തുഷ്ടനായി. അതുകൊണ്ടു തന്നെ അയാൾ ഇങ്ങനെ പറഞ്ഞു: 'മകളുടെ അഞ്ചു മടങ്ങു പ്രായമുണ്ട് മകന്. മകന്റെ അഞ്ചുമടങ്ങാണ് ഭാര്യയുടെ വയസ്സ്. കണ്ടാൽ തോന്നുകയില്ല എങ്കിലും എനിക്ക് ഭാര്യയുടെ ഇരട്ടി പ്രായമുണ്ട്. ഒരു മുത്തശ്ശി കൂടി വീട്ടിലുണ്ട്. ഞങ്ങളുടെ 4 പേരുടെയും വയസ്സുകൂട്ടിയാൽ അവരുടെ വയസ്സാകും. ഇന്ന് മുത്തശ്ശിയുടെ എൺപത്തിഒന്നാം പിറന്നാളാണ്.'

കുട്ടിക്ക് ടിക്കറ്റ് കൊടുക്കണോ എന്നു തീരുമാനിക്കുവാനാണ് കണ്ടക്ടർ വയസ്സു ചോദിച്ചത്.

പാവം. ആ സാധു കുഴഞ്ഞു

അയാൾ എന്തു ചെയ്തുകാണും?

92. വിരൽ, വർഷം, മാസം

കൈവിരലുകളിലെയും കാൽവിരലുകളിലെയും വിരലുകളുടെ എണ്ണം പരസ്പരം ഗുണിച്ച് $\frac{1}{2}$ കൊണ്ടു ഹരിച്ച് ഒരു വർഷത്തെ മാസങ്ങളുടെ എണ്ണം കൂട്ടിയാൽ എത്ര?

93. ആ മൂന്നക്ക സംഖ്യ?

മൂന്നു വ്യത്യസ്ത അക്കങ്ങൾ ഉപയോഗിച്ചുണ്ടാക്കാവുന്ന ഏറ്റവും ചെറിയ സംഖ്യ?

94. ആനയും കൊതുവും

ആനയ്ക്കും കൊതുകിനും തുല്യഭാരം എന്നാണിവിടെ തെളിയിക്കുവാൻ പോകുന്നത്.

കാര്യങ്ങളുടെ കിടപ്പ് അത്രത്തോളമായി എന്നർഥം. തുല്യഭാര പ്രശ്നം തെളിയിക്കുന്ന രീതി നോക്കിക്കോളൂ!

ആനയുടെ തൂക്കം X എന്നും കൊതുകിന്റെ തൂക്കം Y എന്നും ഇരിക്കട്ടെ. കൂടാതെ

$x + y = 2v$ .... (1)

എന്നും കരുതുക. ഇതിൽ നിന്ന് താഴെപ്പറയുന്നത് കിട്ടും:

$x - 2v = -y$

$x = 2v - y$

ഇവ രണ്ടും കൂടി ഗുണിച്ചാൽ

$x^2 - 2vx = y^2 - 2vy$ ---- ..... (2)

രണ്ടു വശത്തും v^2 കൂട്ടുക. അന്നേരം സമവാക്യ മൂല്യം മാറുകയില്ലല്ലോ

$x^2 - 2vx + v^2 = y^2 - 2vy + v^2$

അതായത് $(x - v)^2 = (y - v)^2$ ....(3)

$\therefore x - v = y - v$ ... (4)

അതായത് $x = y$

അഥവാ

ആനയുടെ ഭാരം = കൊതുകിന്റെ ഭാരം

ഇത്തരത്തിലുള്ള ഒരാനയേയും കൊതുകിനേയും കണ്ടുപിടിക്കാമോ എന്നതായി മാറുന്നു ഈ പ്രശ്നം! തെറ്റുപറ്റിയത് എപ്പോൾ?

95. എത്ര കുട്ടികൾ

സ്ക്കൂൾ ഗ്രൗണ്ടിൽ ഒരു പ്രത്യേക കളിക്കായി ഏതാനും കുട്ടികൾ താഴെ കാണുംപോലെ നിൽക്കുന്നു:-

ഒരു കുട്ടിയുടെ മുന്നിൽ രണ്ടുപേർ

ഒരു കുട്ടിയുടെ പുറകിൽ ഒരാൾ

ഒരു കുട്ടി മധ്യത്തിൽ

എങ്കിൽ ഈ കളിക്ക് ആകെ എത്ര കുട്ടികൾ ഉണ്ട് എന്നു പറയാമോ?

96. മൂന്ന് തുടർ സംഖ്യകൾ

തുടർച്ചയായ മൂന്നു സംഖ്യകൾ ഉണ്ട്. ആദ്യത്തേതിന്റെ ഏഴിൽ ഒന്നും മൂന്നാമത്തേതിൻെറ മൂന്നിൽ ഒന്നും കൂടി കൂട്ടിയാൽ രാണ്ടാമത്തേതിന്റെ പകുതിയിൽ നിന്ന് ഒന്നു കുറച്ചതിന് തുല്യമാണ്. ഏതാണീ മൂന്ന് തുടർ സംഖ്യകൾ?

97. കാമുകീകാമുകന്മാർ

ഗണിതശാസ്ത്ര ഗവേഷണ വിദ്യാർഥികളാണ് രമയും രാജനും. അവർ തമ്മിൽ അടുപ്പത്തിലുമാണ്. പഠിക്കുവാൻ മിടുക്കിയായ രമ ബഹു രസികത്തിയും.

ഒരു ദിവസം രാജൻ രമയോട് എത്ര വയസ്സായി എന്നു ചോദിച്ചപ്പോൾ ലഭിച്ച ഉത്തരം രസകരമായിരുന്നു:

'തുടർച്ചയായ മൂന്നു സംഖ്യകളുടെ തുക 72 ആകുന്ന അവസ്ഥയിലെ ഏറ്റവും ചെറിയ സംഖ്യ എത്രയോ അത്ര വയസ്സായി എനിക്ക്.'

രാജനും വിട്ടില്ല;

'സ്ത്രീയുടെ മധുരപ്പതിനേഴ് എന്നതുപോലെ, പുരുഷന്റെ ഏററവും നല്ല പ്രായമാണല്ലോ അത്.'

എത്ര വയസ്സ് രമയ്ക്കുണ്ടെന്ന് രാജൻ കണക്കു കൂട്ടിയത് എന്നു പറയാമോ?

98. തവളച്ചാട്ടം

ജൂലൈ 4 കാലത്ത് തവളയ്ക്ക് ഒരു അബദ്ധം പറ്റി. 21 അടി താഴ്ചയുള്ള കിണറ്റിൽ വീണതായിരുന്നു അത്. എന്തു ചെയ്യാം. എങ്ങനെയെങ്കിലും രക്ഷപ്പെടുകയും വേണം. അരിച്ചരിച്ച് മുകളിൽ കയറുവാൻ തന്നെ അത് തീരുമാനിച്ചു. മഴക്കാലമായതിനാൽ വഴുക്കലും ഉണ്ട്. ദിവസവും പകൽ തവള മൂന്നടി മുകളിലോട്ടുകയറും. പക്ഷേ രാത്രിയിൽ ഒരടി താഴോട്ടുതന്നെ വഴുക്കി ഇറങ്ങും. ഉറക്കം തൂങ്ങിയാകാം. എങ്കിൽ എന്നാണ് തവളയ്ക്ക് കിണറ്റിൽ നിന്നു രക്ഷപ്പെടുവാൻ പറ്റുക?

99. ഒറ്റ സംഖ്യകൾ

സർവവും സംഖ്യ എന്നു പറഞ്ഞ ഗണിതശാസ്ത്രജ്ഞർ ഉണ്ട്. സംഖ്യകളാകട്ടെ പല തരത്തിലുണ്ട്. അക്കൂട്ടത്തിൽ ഒന്നാണ് ഒററസംഖ്യകൾ.

ഒറ്റ സംഖ്യയെക്കുറിച്ചുള്ള കാര്യമായതിനാൽ ഇത്രയും പറഞ്ഞു എന്നു മാത്രം ഇനി നമ്മുടെ പ്രശ്നം: തുടർച്ചയായ നാല് ഒറ്റസംഖ്യകളുടെ തുക 80 ആണെങ്കിൽ പ്രസ്തുത സംഖ്യകൾ ഏവ?

മനസ്സിൽ കണക്കുകൂട്ടി പറയാമോ?

100. ഇരട്ട സംഖ്യകൾ

ഒററ സംഖ്യകളെക്കുറിച്ചുള്ള ഒരു പ്രശ്നം കണ്ടില്ലേ. ഇത് ഇരട്ടസംഖ്യകളെക്കുറിച്ചാണ്.

തുടർച്ചയായ 4 ഇരട്ട സംഖ്യകളുടെ തുക ഇതിലെ ഏററവും ചെറിയ സംഖ്യയെക്കാൾ 72 കൂടുതൽ ആണെങ്കിൽ പ്രസ്തുത സംഖ്യകൾ ഏവ?

101. ജ്യാമിതിയിലെ തത്ത്വം

ജ്യാമിതി (geometry) യിലെ പ്രാഥമിക പാഠങ്ങളുമായി ബന്ധപ്പെടുത്തിയ പ്രശ്നമാണിത്. ചിത്രം സൂക്ഷ്മമായി ശ്രദ്ധിച്ചാൽ 'ട്രിക്ക്' പിടികിട്ടും. പ്രശ്നം ഇപ്രകാരമാണ്.

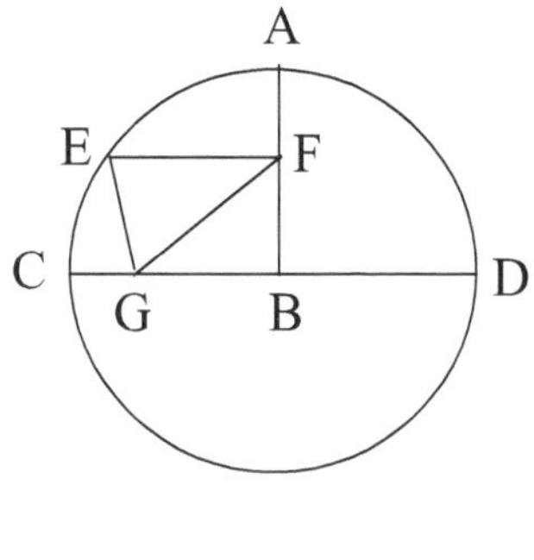

വൃത്ത കേന്ദ്രം B. AB വൃത്തത്തിന്റെ വ്യാസാർധം. AB = 2 സെ മീ എന്ന് തന്നിരിക്കുന്നു. EFBG എന്ന ഒരു ദീർഘ

ചതുരം നിർമിക്കുക. എങ്കിൽ GF ന്റെ നീളം 2 സെ.മീ ആയിരിക്കും. അതായത് GF = AB. എന്തുകൊണ്ട്?

102. ഇരട്ട പ്രസവം

ഒരു സ്ത്രീ ഇരട്ട പ്രസവിച്ചപ്പോൾ സംജാതമായ പ്രശ്നത്തിനാണ് നമുക്കു പോംവഴി കണ്ടുപിടിക്കേണ്ടത്. എന്താ? ശ്രമിച്ചു നോക്കുകയില്ലേ?

ഹൃദ്രോഗം കാരണം ചെറുപ്പക്കാരൻ മരിക്കുമ്പോൾ ഭാര്യ പൂർണ ഗർഭിണിയാണ്. ആദ്യപ്രസവവും ആണ്. ഭർത്താവിന്റെ 'വിൽപത്ര' പ്രകാരം ബാങ്കിൽ കിടക്കുന്ന സ്ഥിരനിക്ഷേപമായ 35000 രൂപ ജനിക്കുവാൻ പോകുന്ന കുട്ടിക്കും ഭാര്യക്കും ആയി താഴെ പറയും പ്രകാരം വീതിക്കുകയും വേണം:

പ്രസവിക്കുമ്പോൾ ആൺകുട്ടിയാണെങ്കിൽ ഈ നിക്ഷേപത്തുകയിൽ ആ കുട്ടിക്കു കിട്ടുന്നതിന്റെ പകുതിയും, പെൺകുട്ടിയാണെങ്കിൽ ആ കുട്ടിക്കു കിട്ടുന്നതിന്റെ ഇരട്ടിയും ഭാര്യക്ക് കൊടുക്കണം.

ആ സ്ത്രീ പ്രസവിച്ചു - ഒരാൺകുട്ടിയും ഒരു പെൺകുട്ടിയും. ആരോഗ്യമുള്ള ഇരട്ടകൾ.

ബാങ്ക് നിക്ഷേപം എങ്ങനെ വീതിച്ചുകൊടുക്കും?

103. അച്ചടിപ്പിശാച്

അച്ചടിപ്പിശകിനെക്കുറിച്ച് കേട്ടിട്ടില്ലേ? ഇംഗ്ലീഷിലിതിന് printer's devil എന്നു പറയാറുള്ളതിനാൽ ചിലർ അപ്പടി തർജ്ജമ ചെയ്ത് (തെറ്റായി) 'അച്ചടിപ്പിശാച്' എന്നു പറയാറുണ്ട്. കണക്കു പുസ്തകത്തിൽ തെറ്റു പററിയാലത്തെ കഥ പറയാതിരിക്കുയല്ലെ ഭേദം. എന്നാലും ഒന്നു പരിശോധിക്കാം.

ഇതാ ഒരെണ്ണം:

$5^4 \times 2^3$

എന്നതിനു പകരം 5423 എന്നായാലോ? കണക്കറിയുന്നവർക്കെ അതിന്റെ ഗൗരവം മനസ്സിലാകൂ.

$5^4 \times 2^3 = (5 \times 5 \times 5 \times 5) \times (2 \times 2 \times 2) = 625 \times 8 = 5000$

അതായത് 5000 എന്നതിനു പകരം 5423 എന്ന് അച്ചടിച്ചു വിട്ടാലോ? പോരെ പൂരം!

ഇനി പറയുവാൻ പോകുന്നത് മറ്റൊരു സംഭവമാണ്. ഒരു ഗണിത ഗ്രന്ഥത്തിൽ ഇതുപോലെ അച്ചടിപ്പിശകു പറ്റിയപ്പോൾ അർഥവ്യത്യാസം വന്നില്ല. അതായത്

$x^p y^q$

എന്നച്ചടിക്കുന്നതിനു പകരം x p y q എന്ന് അച്ചടിച്ചു. (ഇവിടെ x, p, y, q എന്നിവയ്ക്കു പകരം അക്കങ്ങൾ ആണ്). എങ്ങനെ ഈ തെറ്റുപറ്റി എന്നു ചോദിച്ചപ്പോൾ ഉത്തരത്തിന് വ്യത്യാസമില്ലല്ലോ - അതിനാൽ അർഥ വ്യത്യാസവും ഇല്ലല്ലൊ - എന്നായി പ്രസ്സ് ഉടമ. ക്രിയ ചെയ്തുനോക്കിയപ്പോൾ പ്രസ്സ് ഉടമ പറഞ്ഞത് ശരിയുമായിരുന്നു. അതായത്,

$x^p y^q = x p y q$

എന്ന പ്രത്യേകതയുള്ള സംഖ്യയുണ്ട് എന്നർഥം. ഏതാണീ സംഖ്യ?

104. മാങ്ങ വീതിക്കൽ

താരതമ്യേന ലളിതമായ പ്രശ്നമാണിത്. ഗഹനമായ ഗണിത തത്ത്വങ്ങളൊന്നും ഉപയോഗിക്കേണ്ട ആവശ്യവും ഇവിടെ ഇല്ല. ഒരു ചെറിയ ട്രിക്ക് മാത്രം.

പ്രശ്നത്തിലേക്കു കടക്കാം. ഒരു കൂടയിൽ അഞ്ചു മാങ്ങകൾ ഉണ്ട്. അഞ്ചു കുട്ടികൾക്കായി ഇത് വീതിച്ചു കൊടുക്കണം. അവസാനം കൂടയിൽ ഒരു മാങ്ങ അവശേഷിക്കുകയും വേണം. വീതംവെക്കലിന് ഈ നിബന്ധന മാത്രമേയുള്ളൂ.

എന്താണ് പോംവഴി?

105. തിരഞ്ഞെടുപ്പ്

സൊസൈറ്റിയിലേക്ക് സെക്രട്ടറി സ്ഥാനത്തിനുള്ള വാശിയേറിയ തിരഞ്ഞെടുപ്പു നടന്നു. 4 സ്ഥാനാർഥികൾ മത്സരിച്ചിരുന്നു. ആകെ 5219 പേർ വോട്ടു രേഖപ്പെടുത്തി. ഒരു വോട്ടുപോലും അസാധു ആയില്ല. നാലുപേരും ഏതാണ്ട് തുല്യശക്തികളുമാണ്.

ജയിച്ച ആൾക്ക് മറ്റുള്ളവരെക്കാൾ 22,30,73 വോട്ടുകൾ വീതം കൂടുതൽ ലഭിച്ചു. ഓരോരുത്തർക്കും എത്ര വോട്ടുകൾ വീതം ലഭിച്ചു?

106. ആ സംഖ്യ

ഒരു സംഖ്യയുടെ ആറിൽ ഒന്നും എട്ടിൽ ഒന്നും കൂടി ഗുണിച്ചാൽ ആ സംഖ്യ തന്നെ കിട്ടുമെങ്കിൽ ആ സംഖ്യ ഏത്?

107. നാല് എത്ര?

3 = 5 ആണെങ്കിൽ 4 എത്രയായിരിക്കും? തമാശയുള്ള ചോദ്യമായി തോന്നുന്നുണ്ടോ?

108. കൂട്ടുമ്പോൾ ഒരേ ഒരു തുക

കൂട്ടുമ്പോൾ തുക ഒന്നാകണമെന്ന ഒരു പ്രശ്നം കൂടി നോക്കാം. ഇവിടെ A, B, C എന്ന 3 കോളങ്ങൾ ഉണ്ട്.

A	B	C
1	4	7
2	5	8
3	6	9
6	15	24

ഇപ്പോൾ ഓരോ കോളവും കൂട്ടിയാൽ വ്യത്യസ്ത തുകയാണല്ലോ കിട്ടുന്നത്. ഒരു കോളത്തിൽ നിന്ന് ഒരു സംഖ്യയെടുത്ത് മറ്റൊരു കോളത്തിൽ ചേർത്ത് കൂട്ടിയാൽ മൂന്നു കോളങ്ങളുടെയും തുക ഒന്നു തന്നെ യായിരിക്കണമെങ്കിൽ എന്താണ് വഴി എന്നതാണ് പ്രശ്നം?

109. തുക ഒന്നാക്കാമോ?

എട്ട് ചെറിയ കടലാസ് കഷ്ണങ്ങളിൽ 1, 2, 3, 4, 5, 7, 8, 9 എന്നീ സംഖ്യകൾ എഴുതുക. 6 ഇല്ല എന്ന കാര്യം ഓർക്കുമല്ലോ. താഴെ കാണു പ്രകാരം സംഖ്യ എഴുതിയ കടലാസ് തുണ്ടുകൾ വെച്ച് കൂട്ടുക

1 +	3 +
2	4
7	5
9	8
19	20

ഇതിലെ രണ്ടു കഷ്ണം കടലാസുകൾ പരസ്പരം മാറ്റിയാൽ, കൂട്ടിക്കിട്ടുന്ന തുക ഒന്നുതന്നെയാകും.

എന്താണ് മാർഗം?

ഒരു സൂചനകൂടി നൽകാം: പുതിയ തുക 18 ആയിരിക്കും.

110. ജോഡികൾ

താഴെ പറയുന്ന രണ്ടക്ക സംഖ്യകളുടെ ജോഡികൾ ശ്രദ്ധിക്കുക. രണ്ടു സംഖ്യകളും തിരിച്ചിട്ടാലും അവയ്ക്ക് ഒരേ ഗുണനഫലം കിട്ടുന്നു. ഇതാ ഇങ്ങനെ:

12 x 42 = 21 x 24

12 x 63 = 21 x 36

12 x 84 = 21 x 48

13 x 62 = 31 x 26

23 x 96 = 32 x 69

24 x 63 = 42 x 36

24 x 84 = 42 x 48

26 x 93 = 62 x 39

36 x 84 = 63 x 48

46 x 96 = 64 x 69

ഇത്തരം മറ്റു നാല് ജോഡികൽ കൂടി കണ്ടുപിടിക്കാമോ?

111. കാരണം പറയുക

12345679 എന്ന സംഖ്യ പരിഗണിക്കുക. എട്ട് എന്നതൊഴികെയുള്ള എല്ലാ അക്കങ്ങളും ആരോഹണക്രമത്തിൽ എഴുതിയ സംഖ്യയാണല്ലോ ഇത്. ഈ സംഖ്യയെ ഏതെങ്കിലും ഒരു 'ഒരക്ക' സംഖ്യകൊണ്ട് (x എന്നിരിക്കട്ടെ) ഗുണിച്ചു കിട്ടിയ ഫലം വീണ്ടും 9 കൊണ്ട് ഗുണിക്കുക. ഇങ്ങനെ കിട്ടുന്ന അവസാന ഫലത്തിലെ ഓരോ അക്കവും x (ആദ്യത്തെ 'ഒരക്ക'സംഖ്യ) തന്നെ ആയിരിക്കും.

ഉദാഹരണമായി

```
 12345679
        7
 --------
 86419753
        9
---------
777777777
```

ആദ്യം ഗുണിച്ച ഒരക്കസംഖ്യയായ 7 ആണല്ലോ ഓരോ അക്കവും.

മറ്റൊരുദാഹരണം കൂടി

```
 12345679
        8
---------
 98765432
        9
---------
888888888
```

ഇവിടെയും ഗുണനഫലത്തിലെ ഓരോ അക്കവും ആദ്യം ഗുണിച്ച 8 തന്നെ.

എന്തുകൊണ്ടാണ് ഇങ്ങനെ സംഭവിക്കുന്നത് എന്നു വിശദീകരിക്കാമോ എന്നതാണ് പ്രശ്നം?

ചോദ്യം അവസാനം

ഉത്തരങ്ങൾ

1. ജന്മദിന പ്രശ്നം

ഉപയോഗിക്കേണ്ട ഗണിതക്രിയകൾക്ക് ഒരു നിബന്ധനയും പറയാത്തതിനാൽ ഏതു വേണമെങ്കിലും നമുക്ക് സ്വീകരിക്കാം.

$$3^3 + 3 + \frac{3}{3} = 31$$

എന്നതായിരുന്നു കുമാരൻ ടീച്ചർക്ക് എഴുതിക്കൊടുത്ത ഉത്തരം. അനുവദിച്ച സമയദൈർഘ്യം കൂടി കണക്കിലെടുത്താൽ 'മിടുക്കൻ കുട്ടി' എന്ന് കുമാരനെപ്പറയാം അല്ലേ?

2. ഏഴും നൂറും

$$\frac{7}{.7} \times \frac{7}{.7} = 100$$

ദശാംശത്തിന്റെ കാര്യം ഓർമിക്കുക എന്നതാണ് ഇവിടുത്തെ 'ട്രിക്ക്'.

3. പഞ്ചസാരയും വർഗവും

കടക്കാരന്റെ വശം ഒരു ചാക്ക് പഞ്ചസാര മാത്രമേ ഉണ്ടായിരുന്നുള്ളൂ. സംശയം തോന്നുന്നുണ്ടോ? $\frac{1}{3}$ ചാക്കും $\frac{2}{3}$ ചാക്കും ആയി അതിനെ വിഭജിക്കൂ. അപ്പോൾ,

$$\frac{2}{3} - \frac{1}{3} = \left(\frac{2}{3}\right)^2 - \left(\frac{1}{3}\right)^2$$

ആയിരിക്കുമല്ലോ. വിഭജിക്കൽ $\frac{x}{y}, \frac{p}{y}$

എന്ന രണ്ടു ഭിന്നിതത്തിന്റെ രൂപത്തിൽ ആകാം.; ഒരു നിബന്ധന മാത്രം; $y = x + p$ ആകണം.

4. സത്യവതി

ഭർത്താവിന് 54 വയസ്സ്; ഭാര്യക്ക് 45 വയസ്സ്

5. നാല് 5 കൾ

$$1 = \frac{5}{5} + 5 - 5$$

$$2 = \frac{5}{5} + \frac{5}{5}$$

$$3 = \frac{(5+5+5)}{5}$$

$$4 = \frac{(5\times 5-5)}{5}$$

$$5 = \frac{(5-5)}{5} + 5$$

$$6 = \frac{[(5\times 5)+5]}{5}$$

$$7 = 5 + \frac{(5+5)}{5}$$

$$8 = \frac{\left[5 - \left(\frac{5}{5}\right)\right]}{.5}$$

$$9 = (5+5) - \frac{5}{5}$$

$$10 = 5 + 5\times\left(\frac{5}{5}\right)$$

6. ബോണസ് ചോദ്യം

അന്നേരം ഏററവും സരളമായ നിർധാരണം:

$$79 + 5\frac{1}{2} = 84 + \frac{3}{6}$$

ആദ്യത്തേത് ഒററ സംഖ്യകളുടെ തുക, രണ്ടാമത്തേത് ഇരട്ട സംഖ്യകളുടെ തുക. രണ്ടും $84\frac{1}{3}$ ന് തുല്യവുമാണ്. ഭിന്നിതങ്ങൾ കൂടാതെ ഒരു നിർധാരണം അസാധ്യമാണെന്ന് വ്യക്തം.

7. ഒരേ ഒരു ഉത്തരം

ഉത്തരത്തിൽ ചെന്നെത്തുവാൻ ഇവിടെ കുറുക്കുവഴി ഒന്നും ഇല്ല. ഒട്ടേറെ തവണ വിവിധ സാധ്യതകൾ ശ്രമിച്ചു നോക്കുക മാത്രമാണ് വഴി

23 നു പകരം 32 ഉം 46 നു പകരം 64ഉം എടുത്താൽ ഒരുത്തരമായി, ഗുണിച്ചു നോക്കൂ.

മറെറാന്ന്

$$\begin{array}{r} 174\times \\ \underline{32} \\ 5568 \end{array} = \begin{array}{r} 96\times \\ \underline{58} \\ 5568 \end{array}$$

മറേറതെങ്കിലും നിർധാരണമുണ്ടോ എന്നും ശ്രമിച്ചുനോക്കൂ.

8. ഒമ്പതക്കസംഖ്യ

$6 \times 32547891 = 195287346$

9. ഒററനോട്ടം

ഇത്തരം പ്രശ്നങ്ങൾ വരുമ്പോൾ സശ്രദ്ധം 'നോക്കുക'. ഒരു നിസ്സാര സൂത്രം ഒളിഞ്ഞിരിപ്പുണ്ടാകും. അത് കണ്ടുപിടിക്കുകയേ വേണ്ടൂ.

ഇവിടെ ഓരോ ഭിന്നിതവും നോക്കൂ. 35 ന്റെ ഇരട്ടി 70 അതിനാൽ $\frac{35}{70} = \frac{1}{2}$. അതുപോലെ 148 ന്റെ ഇരട്ടിയാണ് 296. അതിനാൽ രണ്ടാമത്തെ ഭിന്നിതമായ $\frac{148}{296} = \frac{1}{2}$ അപ്പോൾ ഉത്തരം 1.

10. മൂന്നു ക്രിയകൾ

$6 - 5 + 7 \times 4 - 3 = 26$

മററു വല്ല രീതികളും ഉണ്ടോ? ശ്രമിച്ചുനോക്കൂ.

11. ഒരിക്കൽ മാത്രം

$15 + 36 + 47 + 2 = 100$

12. തുകയെത്ര?

859 +	765 +
743	324
1602	1089

13. രണ്ടെണ്ണം മാത്രം

998001 എന്ന ആറക്കസംഖ്യ. ഇവിടെ $(998 + 001)^2 = 998001$

14. ഒരിക്കൽ, ഒരിക്കൽ മാത്രം

$$\begin{array}{r} 98765 + \\ 1234 \\ \hline 99999 \end{array}$$

15. വിചിത്ര സ്വഭാവക്കാരൻ

പ്രസ്താവനപ്രകാരം, സംഖ്യ n എങ്കിൽ

$$\frac{n}{5} \times \frac{n}{7} = n$$

ഇത് നിർധാരണം ചെയ്താൽ n = 35 എന്നു കിട്ടും

16. മറ്റൊരു സാധ്യത

22 + 2 = 24 ഇനിയും ഒന്ന് ഇതാ:- $3^3 - 3 = 24$

17. കല്യാണാലോചന

ഗണിത ഭാഷയിൽ പറഞ്ഞാൽ ക്രമമായ 4 ഒറ്റ സംഖ്യകളാണ് മക്കളുടെ പ്രായങ്ങൾ. അവ

$x, (x + 2), (x + 4), (x + 6)$

എന്ന രീതിയിൽ ആകുമല്ലോ. വയസ്സുകൾ കൂട്ടിയാൽ 80.

$\therefore x + (x + 2) + (x + 4) + (x + 6) = 80$

$\therefore x = 17$

ഇളയ ആൺകുട്ടിയുടെ പ്രായം = 17

പെൺകുട്ടികളിൽ അടുത്ത ഇളയവളുടെ പ്രായം = 19

പെൺകുട്ടികളിൽ മൂത്തവളുടെ പ്രായം = 21

ഏററവും മൂത്തമകന്റെ പ്രായം = 23

18. പൊതുഗുണധർമം

x, x + 1, x + 2 എന്നിവയാണ് സംഖ്യകൾ എന്നു കരുതുക.

$$(x + 1)^2 - 1 = x(x + 2)$$

അതായത് $x^2 + 2x = x^2 + 2x$

x ന് ഏതു മൂല്യവും നൽകി നോക്കൂ. ഇതു ശരിയാവുന്നു. അതായത്, തുടർച്ചയായ ഏതു മൂന്നു പൂർണസംഖ്യകളും ഉത്തരമാണ്.

19. അശ്രദ്ധ

സംഖ്യ x എന്നിരിക്കട്ടെ

$$\left(x \div \frac{7}{8}\right) - \left(x \times \frac{7}{8}\right) = \frac{15}{14}$$

$$\frac{8}{7}x \quad \frac{7}{8}x = \frac{15}{14}$$

$$\therefore x = 4$$

20. 45 ഭാഗിക്കൽ

8, 12, 5, 20 ആണ് 45 ന്റെ ഭാഗങ്ങൾ. അന്നേരം 8 + 12 + 5 + 20 = 45. കൂടാതെ

$8 + 2 = 10$

$12 - 2 = 10$

$5 \times 2 = 10$

$20 \div 2 = 10$

21. അനുപാതം

രണ്ടു വർഷം മുമ്പ് സഹോദരിയുടെ പ്രായം x ആയിരുന്നാൽ, രാമന്റെ പ്രായം 3 x അതിനും രണ്ടു വർഷം മുമ്പ്, ഇവ x -2, 3 x -2 ആയിരുന്നല്ലോ.

അപ്പോൾ.

$3x - 2 = 5(x - 2)$

ഇതിൽ നിന്ന്, x = 4. അതായത് ഇപ്പോൾ സഹോദരിക്ക് 6 വയസ്സും രാമന് 14 വയസ്സും ആണ്. രണ്ടു വർഷം കൂടി കഴിയുമ്പോൾ പ്രായം യഥാക്രമം 8 ഉം 16 ഉം ആകും; രാമന് സഹോദരിയുടെ ഇരട്ടി (2:1 എന്ന ബന്ധം) പ്രായം.

22. ക്ലോക്ക്

കൃത്യസമയം കാണിക്കുകയില്ല എങ്കിലും തമ്മിൽ ഭേദം സ്ലോ ആയി ഓടുന്ന ക്ലോക്കാണല്ലോ. പക്ഷേ കൂടുതൽ തവണ കൃത്യസമയം കാണിക്കുന്ന ക്ലോക്കാണല്ലോ ഇവിടെ നമുക്കാവശ്യം. അന്നേരം തീരെ ഓടാത്ത ക്ലോക്ക് എടുക്കേണ്ടതായിവരും.

എന്തുകൊണ്ട്?

ഒരു ദിവസം ഒരു മിനിട്ട് പതുക്കെ ഓടുന്ന ക്ലോക്കിന്റെ കാര്യമെടുക്കുക. ഒരു തവണ ആ ക്ലോക്ക് ശരിക്കുള്ള സമയം ആക്കി വെച്ചു എന്നിരിക്കട്ടെ. അത് വീണ്ടും കൃത്യമായ സമയം കാണിക്കുന്നതിനു മുമ്പ് 12 മണിക്കൂർ അഥവാ 720 മിനിട്ട് നഷ്ടപ്പെടേണ്ടതായി വരും. ഒരു ദിവസം ഒരു മിനിട്ട് വച്ച് നഷ്ടപ്പെട്ടാൽ 720 മിനിട്ട് നഷ്ടപ്പെടുവാൻ ഇതിന് 720 ദിവസം വേണം. അഥവാ രണ്ടു വർഷത്തിൽ (ഉദ്ദേശം) ഒരേ ഒരു തവണ മാത്രം ആണ് ഈ ക്ലോക്ക് കൃത്യസമയം കാണിക്കുക. തീരെ ഓടാത്ത ക്ലോക്കാകട്ടെ ദിവസത്തിൽ രണ്ടു തവണ കൃത്യസമയം കാണിക്കുന്നു!

23. കൂലി പങ്കിടൽ

മൂന്നാമന്റെ കൂലി x ആയാൽ, രണ്ടാമന്റെ കൂലി x/4;

ഒന്നാമന്റെ കൂലി $\frac{x}{4} \times \frac{2}{3} = \frac{x}{6}$ ആകെ 510 രൂപ. അതായത് $x + \frac{x}{4} + \frac{x}{6} = 510$. ഇനി x കണ്ടുപിടിക്കരുതോ? മൂന്നാമന് 360 രൂപയും രണ്ടാമന് 90 രൂപയും ഒന്നാമന് 60 രൂപയും കൂലി കിട്ടുന്നു.

24. ചോക്കും പെൻസിലും

4 പൈസ

25. മുട്ട മുറിക്കാമോ?

ആകെ. 7

(ഒന്നാമന് $3\frac{1}{2} + \frac{1}{2} = 4$. ബാക്കി 3. രണ്ടാമന് $1\frac{1}{2} + \frac{1}{2} = 2$; ബാക്കി 1)

26. ആ വർഷം എന്നു വരും?

ഇതു വരെ 22 വർഷങ്ങൾ. 6009 ആണ് ഈ പ്രത്യേകതയോടുകൂടി ഇനി വരാനിരിക്കുന്ന ആദ്യത്തെ വർഷം.

27. എല്ലാ അക്കങ്ങളും

69

ഇവിടെ $69^2 = 4761$

$69^3 = 328,509$

കിട്ടിയ ഉത്തരത്തിൽ 0 മുതൽ 9 വരെയുള്ള അക്കങ്ങൾ ഉള്ളതായി കാണാം.

28. ഒറ്റസംഖ്യ

ടിന്നിൽ ആകെയുള്ള ടോക്കൺ 7 ആണ്. ഇവയിൽ 1,3,5,7 എന്നീ നാല് ഒററ സംഖ്യകൾ എഴുതിയ ടോക്കണുകൾ ആണല്ലോ ഉള്ളത്. അതിനാൽ, ആദ്യമെടുത്തത് ഒറ്റ സംഖ്യയാവാൻ സാധ്യത = $\frac{4}{7}$. ഇത് ഒറ്റ സംഖ്യയായാൽ, ടിന്നിൽ ശേഷിക്കുന്നത്; ആകെ 6. ഒറ്റ 3. രണ്ടാമതെടുക്കുന്നത് ഒറ്റ സംഖ്യയാവാൻ സാധ്യത = $\frac{3}{6}$. ഇതും ഒററസംഖ്യയായാൽ, ടിന്നിൽ ശേഷിക്കുന്നത്; ആകെ 5, ഒറ്റ 2. മൂന്നാമതെടുക്കുന്നത് ഒറ്റ സംഖ്യയാവാൻ സാധ്യത = $\frac{2}{5}$. അതുപോലെ, നാലാമതെടുക്കുന്നത് ഒറ്റസംഖ്യയാവാൻ സാധ്യത $\frac{1}{4}$ അതിനാൽ

ആദ്യത്തെ 4 നാലും ഒറ്റസംഖ്യയാവാൻ സാധ്യത

$$\frac{4}{7} \times \frac{3}{6} \times \frac{2}{5} \times \frac{1}{4} = \frac{1}{35}$$

29. ഷൂട്ടിങ്ങ്

ഇതിന്റെ ഉത്തരം നിങ്ങൾ പ്രതീക്ഷിച്ചതുപോലെ ആയിക്കൊ

ള്ളണമെന്നില്ല. ഒരു ഗോള പ്രതലത്തിൽ കിടക്കുന്ന ഏതു മൂന്നുബിന്ദുക്കളും ഏതെങ്കിലും ഒരേ ഒരു അർധഗോളത്തിൽ ആകാം. അതിനാൽ ഇവിടെ സാധ്യത നൂറ് ശതമാനമാണ്.

30. എത്ര വയസ്സുകൾ വീതം

ജോർജിന്റെ പ്രായം = x എന്നിരിക്കട്ടെ

സാമിന്റെ പ്രായം = $\frac{x}{2}$ (തന്നിരിക്കുന്നു)....... (1)

എന്നാൽ

ജോർജിന് ജോണിനേക്കാൾ 4 വയസ്സ് കൂടുതൽ

ജോർജിന് ജിമ്മിനേക്കാൾ 8 വയസ്സ് കൂടുതൽ

ജോർജിന് സാമിനേക്കാൾ 12 വയസ്സ് കൂടുതൽ

സാമിന്റെ പ്രായം = x -12 .... (2)

(1), (2) ഇവയിൽ നിന്ന്

$$x - 12 = \frac{x}{2}$$

$$\therefore x = 24$$

അതായത് ഓരോരുത്തരുടേയും പ്രായം:

ജോർജ് 24, ജോൺ 20, ജിം 16, സാം 12

31. കന്നുകാലിച്ചന്ത

ആകെ 39 എണ്ണം. ജനാർദ്ദനന് 7, ഹരിക്ക് 11, ദാമുവിന് 21.

32. ഇരട്ടി

36

33. സൈക്കിൾ എന്നു കിട്ടും?

അമ്മയ്ക്കു 45 വയസ്സാകയാൽ 3 കൊല്ലം കൂടി കഴിഞ്ഞാൽ ദിവാകരന് 15 ആകുകയും സൈക്കിൾ കിട്ടുകയും ചെയ്യും എന്നുതോന്നും. പക്ഷേ വർഷം കൂടി കഴിഞ്ഞാലെ സൈക്കിൾ സ്വന്തമായി കിട്ടുകയുള്ളൂ. അന്ന് ദിവാകരനു $16\frac{1}{2}$ വയസ്സും അമ്മയ്ക്ക് $49\frac{1}{2}$ വയസ്സും പ്രായമാകും. അതായത് അന്ന് അമ്മയുടെ വയസ്സിന്റെ മൂന്നിൽ ഒന്നാകും മകന്റെ പ്രായം.

34. പെട്ടി പ്രശ്നം

മുകൾ തട്ടിന്റെ വിസ്തീർണവും വശ വിസ്തീർണവും തമ്മിൽ ഗുണിച്ച് അററ വിസ്തീർണം കൊണ്ടു ഹരിച്ചാൽ പെട്ടിയുടെ നീളത്തിന്റെ വർഗമായി. അതായത് (120 x 96) ÷ 80 = 144. അതായത് നീളം 12 സെ.മീ.

മുകൾ തട്ടിന്റെ വിസ്തീർണവും അറ്റ വിസ്തീർണവും തമ്മിൽ ഗുണിച്ച് വശത്തിന്റെ വിസ്തീർണം കൊണ്ട് ഹരിച്ചാൽ വീതിയുടെ വർഗം കിട്ടും, അതായത് വീതി 10 സെ.മീ എന്നു വരുന്നു.

അറ്റ വിസ്തൃതിയും വശ വിസ്തൃതിയും തമ്മിൽ ഗുണിച്ച് മുകൾ തട്ടിന്റെ വിസ്തൃതി കൊണ്ട് ഹരിച്ചാൽ ഉയരത്തിന്റെ (കനം) വർഗം കിട്ടും. ഇവിടെ 8 സെ.മീ ആണിത്

അതായത് പെട്ടിയുടെ നീളം 12 സെ.മീ വീതി 10 സെ.മീ. ഉയരം 8 സെ.മീ

35. പഴയ കടംകഥ

5 പുരുഷന്മാർ, 25 സ്ത്രീകൾ, 70 കുട്ടികൾ. ഇത്രയും പേരാണ് ആ സംഘത്തിൽ ഉണ്ടായിരുന്നത്.

36. പതിനൊന്നിന്റെ കാര്യം

ഏതൊരു സംഖ്യയിലെയും ഒറ്റ സ്ഥാനങ്ങളിലെ അക്കങ്ങളുടെ തുക ഇരട്ടസ്ഥാനങ്ങളിലെ അക്കങ്ങളുടെ തുകയ്ക്കു തുല്യമാണെങ്കിൽ ആ സംഖ്യയെ ശിഷ്ടം കൂടാതെ 11 കൊണ്ട് ഹരിക്കാം. ഇവിടെ 896743012 എന്ന സംഖ്യയിലെ ഒറ്റ സ്ഥാനങ്ങളിൽ കിടക്കുന്ന അക്കങ്ങളുടെ തുക = 2 + 0 + 4 + 6 + 8 = 20 ഇരട്ട സ്ഥാനങ്ങളിൽ കിടക്കുന്ന അക്കങ്ങളുടെ തുക = 1 + 3 + 7 + 9 = 20. ഒറ്റ സ്ഥാനങ്ങളിലെ അക്കങ്ങളുടെ തുകയും ഇരട്ടസ്ഥാനങ്ങളിലെ അക്കങ്ങളുടെ തുകയും തമ്മിലുള്ള വ്യത്യാസം 11 ഓ 11 ന്റെ ഗുണിതമോ ആണെങ്കിലും പ്രസ്തുതസംഖ്യയെ ശിഷ്ടം കൂടാതെ 11 കൊണ്ട് ഹരിക്കാവുന്നതാണ്.

ആവശ്യപ്പെട്ട പ്രത്യേകതകളോടു കൂടിയ ഏറ്റവും ചെറിയ സംഖ്യ

102347586

ഏറ്റവും വലിയ സംഖ്യ

987652413

37. മൂന്നിരട്ടി

27

38. നാല്പത്തി എട്ടിന്റെ കൂട്ടുകാർ

48 കൂടാതെ മറ്റ് മൂന്ന് ചെറിയ സംഖ്യകൾ ഇവയാണ്:

1680; 57120; 1940448

പട്ടികയിൽ കൊടുത്തിരിക്കുന്ന വിശദീകരണം ശ്രദ്ധിക്കൂ

സംഖ്യ	സംഖ്യ+1 വർഗം	ഏതിന്റെ പകുതി+1	സംഖ്യയുടെ	ഏതിന്റെ വർഗം
1680	1681	41	841	29
57120	57121	239	28561	169
1940448	1940449	1393	970225	985

39. ഭൂമി വീതം വയ്ക്കണം

മൂന്നാമൻ മരിച്ചതിനാൽ നൂറ് ഏക്കർ സ്ഥലവും മററു രണ്ടുമക്കൾക്ക് $\frac{1}{3}:\frac{1}{4}$ എന്ന രീതിയിൽ വിഭജിച്ചു കൊടുക്കണമല്ലോ. അതായത് 4 : 3 എന്ന തോതിൽ നൂറ് ഏക്കറും വീതിക്കണം. അതായത് മൂത്ത മകന് നൂറിന്റെ $\frac{4}{7}$ ഭാഗവും രണ്ടാമത്തെ മകന് $\frac{3}{7}$ ഭാഗവും കൊടുക്കണം.

40. വക്കീലും സമയവും

സമയം ഉച്ച കഴിഞ്ഞ് 9.36 ഉച്ച മുതൽ ആ സമയം വരെയുള്ള സമയത്തിന്റെ നാലിൽ ഒന്ന് 2 മണിക്കൂർ 24 മിനിട്ട്. നാളെ ഉച്ച വരെയുള്ള സമയത്തിന്റെ പകുതി 7 മണിക്കൂർ 12 മിനിട്ട്. ഇതു രണ്ടും കൂടി കൂട്ടിയാൽ 9 മണിക്കൂർ 36 മിനിട്ട് കിട്ടും.

41. ഇഷ്ടികയുടെ ഭാരം

$\frac{1}{4}$ ഭാഗം ഇഷ്ടികളുടെ ഭാരം $\frac{3}{4}$ കിലോഗ്രാം. അതിനാൽ ഇഷ്ടികളുടെ മുഴുവൻ ഭാരം, 3 കിലോ ഗ്രാ. അതിനാൽ 3 കിലോഗ്രാമിന്റെ പടിക്കുപകരമായി ഇഷ്ടിക ഉപയോഗിക്കാം. ഇഷ്ടികയുടെ പുറത്ത് 3 കിലോഗ്രാം എന്നാണ് കുറിച്ചത്.

42. ഒന്നുമുതൽ ഒമ്പതുവരെ

174 x 32 = 58 x 96 (= 5568)

43. ഉത്തരം : 150

ഏത് രണ്ടക്കസംഖ്യ മനസ്സിൽ വിചാരിച്ചിരുന്നാലും വിരോധമില്ല. ഉത്തരം ഇതുതന്നെ.

ഉദാഹരണം: വിചാരിച്ച സംഖ്യ 43 ആണെന്നിരിക്കട്ടെ.

7 കൂട്ടുക (= 50)

ഈ സംഖ്യ 110 ൽ നിന്നു കുറക്കുക (= 60)

15 കൂട്ടുക (= 75)

ഇതിനോട് ആദ്യം വിചാരിച്ച സംഖ്യ കൂട്ടുക (=118)

2 കൊണ്ട് ഹരിക്കുക (= 59)

9 കുറക്കുക (= 50)

3 കൊണ്ട് ഗുണിക്കുക (= 150)

രണ്ടക്കസംഖ്യ തന്നെ വിചാരിക്കണമെന്നുണ്ടോ? മൂന്നക്ക സംഖ്യ വിചാരിച്ച് ചെയ്തുനോക്കൂ. ഒരക്കം മാത്രമുള്ള സംഖ്യ വിചാരിച്ചും ചെയ്യൂ. എന്തുണ്ട് മാററം?

---

44 മുതൽ 48 വരെയുള്ള ചോദ്യങ്ങളുടെ ഉത്തരങ്ങളും ഇതുപോലെ തന്നെ വിശദീകരിക്കാവുന്നവയാണ്. ഇവ സ്വയം ചെയ്തുനോക്കുക.

---

49. കുട്ടി വിചാരിച്ച മൂന്നക്കസംഖ്യ 634 എന്നു കരുതുക. (ഈ സംഖ്യ സാറിന് അറിയുകയില്ല). സംഖ്യ തിരിച്ചിട്ടാൽ 436. വ്യത്യാസം 634 - 436 = 198. ഏത് മൂന്നക്കസംഖ്യ വിചാരിച്ച് ഈ ക്രിയ ചെയ്താലും ഉത്തരത്തിലെ (ഇവിടെ 198) നടുക്കുള്ള അക്കം 9 ഉം ഒന്നും മൂന്നും അക്കങ്ങൾ കൂട്ടിയാൽ 9 ഉം ആയിരിക്കും കിട്ടുക. സംഖ്യ പറയേണ്ടതെങ്ങനെയെന്ന് ഇപ്പോൾ വ്യക്തമല്ലെ?

ഗണിതപരമായി ഇതിനെ ഇങ്ങനെ വിശകലനം ചെയ്യാം: ആദ്യം വിചാരിച്ച സംഖ്യ 100 a + 10 b + c ആണെന്നിരിക്കട്ടെ ($a > c$) തിരിച്ചിട്ടാൽ 100c + 10 b + a. ഇവ തമ്മിലുള്ള വ്യത്യാസം 99 (a - c). ഇവിടെ 1, 2, 3, 4, 5, 6, 7, 8, 9 ഇവയിൽ ഒന്നായരിക്കും (a - c). അന്നേരം സാധ്യമായ സംഖ്യകൾ 99, 198, 297, 396, 495, 594, 693, 792, 891 എന്നിവ

മാത്രമായിരിക്കും. ഇതിൽ 99 ഒഴിവാക്കുക. ബാക്കിയുള്ള സംഖ്യകളിൽ എല്ലാം 9 ആണ്. ഇതിൽ 99 ഒഴിവാക്കുക. ബാക്കിയുള്ള സംഖ്യകളിൽ എല്ലാം 9 ആണ് മധ്യത്തിൽ ഉള്ള അക്കം. ആദ്യത്തേതും അവസാനത്തേതും അക്കങ്ങളുടെ തുകയാകട്ടെ എല്ലാറ്റിലും 9 ആണ്. അതിനാൽ ആദ്യ അക്കം അറിഞ്ഞാൽ രണ്ടാമത്തേത് 9 ഉം മൂന്നാമത്തേത്, 9 ൽ നിന്ന് ആദ്യ സംഖ്യ കുറച്ചതും ആണെന്ന് വ്യക്തം.

50. വിചാരിച്ച സംഖ്യ 7 ആണെന്നിരിക്കട്ടെ (ഇത് നിങ്ങൾക്കറിയില്ല) താഴെ കാണുന്ന ക്രിയകൾ ചെയ്യുവാൻ ആവശ്യപ്പെടുക.

5 കൊണ്ട് ഗുണിക്കുക	(7 x 5 = 35)
6 കൂട്ടുക	(35 + 6 = 41)
വീണ്ടും 4 കൊണ്ട് ഗുണിക്കുക	(41 x 4 = 164)
9 കൂട്ടുക	(164 + 9 = 173)
5 കൊണ്ട് ഗുണിക്കുക	(173 x 5 = 865)

'ഇപ്പോൾ എത്ര?' നിങ്ങൾ ചോദിക്കുമ്പോൾ നിങ്ങൾക്കു കിട്ടുന്ന ഉത്തരമാണ് 865. ഇനി അയാൾ വിചാരിച്ച സംഖ്യ അങ്ങോട്ടു പറയണമല്ലൊ. അതിന്

865 - 165 = 700

700, 100 = 7

എന്നിട്ടു പറയുക 7 അല്ലെ വിചാരിച്ച സംഖ്യ എന്ന്. എന്താ? തൃപ്തിയായില്ലെ?

51. ആദ്യം വിചാരിച്ച സംഖ്യ n എന്നെടുത്ത് ക്രിയ ചെയ്തു നോക്കൂ. എങ്കിൽ അവസാനം 5 കൊണ്ടു ഗുണിച്ചു കഴിയുമ്പോൾ 100n + 165 എന്നല്ലെ കിട്ടുന്നത്. ഇപ്പോൾ രഹസ്യം പിടികിട്ടിയോ?

വളരെ എളുപ്പമുള്ളതാണ് ഈ നിർധാരണം. അയാൾ ആദ്യം വിചാരിച്ച സംഖ്യ n ആണെങ്കിൽ നിങ്ങളോട് ഒട്ടേറെ ഗണിത ക്രിയകൾ നടത്തി പറയുന്ന ഉത്തരം $n+\frac{ac}{bd}$ ആയിരിക്കും. അതിൽ നിന്ന് $\frac{ac}{bd}$ കുറയ്ക്കുക. അന്നേരം സ്നേഹിതൻ ആദ്യം വിചാരിച്ച സംഖ്യ കിട്ടും. ഒരുദാഹരണം:- സ്നേഹിതൻ വിചാരിച്ച സംഖ്യ 15 എന്നിരിക്കട്ടെ. (ഈ സംഖ്യ നിങ്ങൾക്കറിയുകയില്ല. ഇതാണ് അവസാനം നിങ്ങൾ അങ്ങോട്ടു പറയേണ്ട സംഖ്യയും) വിവിധ ക്രിയാപദങ്ങൾ ഇപ്രകാരമാകും.

1. വിചാരിച്ച സംഖ്യയെ
ഏതെങ്കിലും ഒരു സംഖ്യ a കൊണ്ട് ഗുണിക്കുന്നു. $15 \times 2 = 30$ $a = 2$
2. ഇതിനെ b കൊണ്ട് ഹരിക്കുന്നു $30 \div 3 = 10$ $b = 3$
3. ഈ 10നെ (ഹരണഫലം)
c കൊണ്ടു ഗുണിക്കുന്നു $10 \times 8 = 80$ $c = 8$
4. 80 നെ d കൊണ്ട് ഹരിക്കുക $80 \div 4 = 20$ $d = 4$
5. ഈ 20 നെ ആദ്യം വിചാരിച്ച സംഖ്യയായ 15 കൊണ്ട് ഹരിക്കുക $20 \div 15 = \frac{4}{3}$
6. ഈ ഫലത്തോട് ആദ്യം വിചാരിച്ച സംഖ്യ കൂട്ടുന്നു

$$\frac{4}{3}+15=\frac{49}{3}$$

ഈ $\frac{49}{3}$ ആണ് നിങ്ങളോട് പറയുന്ന സംഖ്യ. ഇനി സ്നേഹിതൻ വിചാരിച്ച സംഖ്യ നിങ്ങൾ അങ്ങോട്ടു പറഞ്ഞു കൊടുക്കണം. ഇതിൽ നിന്ന് $\frac{ac}{bd}$ കുറച്ചാൽ സ്നേഹിതൻ വിചാരിച്ച സംഖ്യ

കിട്ടണമല്ലോ. എന്നാൽ $\frac{ac}{bd} = \frac{2\times 8}{3\times 4} = \frac{4}{3}$

$$\therefore \frac{49}{3} - \frac{4}{3} = \frac{45}{3} = 1$$

ഇതുതന്നെയാണല്ലോ സ്നേഹിതൻ വിചാരിച്ച സംഖ്യയും

52. ഗൗരവമുള്ള അബദ്ധം

തെററുപററിയത് ശരിയാണ്. ആദ്യം $a > b$ എന്നു വിചാരിച്ചു. അതായത് $b - a$ ഒരു ഋണസംഖ്യയാകുമല്ലോ. (4) ൽ അസമീകരണത്തിന്റെ ഇരുവശവും (b-a) കൊണ്ട് ഹരിച്ചു. അന്നേരം ഗണിതതത്വപ്രകാരം അസമീകരണ ചിഹ്നം തിരിഞ്ഞുവരണം. ഉദാഹരണത്തിന്

$$3 > 2$$

ആണല്ലോ. (- 1) കൊണ്ട് ഇതിനെ ഹരിച്ചാൽ
$-3 < -2$ എന്നാകും

53. കോഴിക്കൂടുകൾ

ചോദ്യത്തിൽ അല്പം കുസൃതിയുണ്ടെന്നു പറഞ്ഞത് ശ്രദ്ധിച്ചോ. വേറെ വേറെ നാലു കൂടുവച്ചാൽ, ഓരോന്നിലും കോഴികളുടെ എണ്ണംഒററ സംഖ്യയുമായാൽ, മൊത്തം എണ്ണം ഇരട്ടയാവില്ലെ! അപ്പോൾ അങ്ങനെ സാധിക്കില്ല. മാത്രമല്ല, കൂടുകളുടെ വലിപ്പത്തെപ്പററിയും പറഞ്ഞിട്ടില്ലല്ലോ. അപ്പോൾ, മൂന്നു ചെറിയ കൂടുകളും ഈ മൂന്നിനെയും ഉൾക്കൊള്ളുന്ന വിധത്തിൽ നാലാമതൊരു കൂടും ആകരുതോ? ചെറിയ ഓരോ കൂടിലും 7 വീതം കോഴിക്കുഞ്ഞുങ്ങൾ; മൂന്നും കൂടും കൂടി വലിയ കൂട്ടിലും ആക്കുക. അപ്പോൾ വലിയ കൂട്ടിൽ 21!

54. ക്രിയ ചെയ്യുക

{[( )]}

ചോദ്യത്തിൽ ഉചിതമായ ബ്രാക്കററുകൾ കൊടുത്താൽ പ്രശ്നം വളരെ ലളിതമാകും. ഇതാ:

$$(6 \times 8 \div 12) + (3 \times 24) - (12 \div 6) + 8 = 4 + 72 - 2 + 8 = 82$$

55. ഗുണനം

0. [ഗുണനത്തിൽ ഒരു ഘടകം പൂജ്യമായതിനാൽ മററൊന്നും നോക്കാതെ ഉത്തരം പൂജ്യമാണെന്നുപറയാം]

56. കളിപ്പാട്ടത്തിന്റെ ഭാരം

ഒറ്റനോട്ടത്തിൽ നാലിലൊന്ന് ഭാരം (അതായത് ഒരു കി.ഗ്രാം) എന്നു തോന്നുമായിരിക്കും.പക്ഷേ ഇതു ശരിയല്ല.

ഇഷ്ടികയുടെ നീളം, വീതി, ഉയരം ഇവ മൂന്നും നാലിൽ ഒന്നായി ചെറുതായിരിക്കുന്നു. അതായത് വ്യാപ്തം 64 തവണ ചെറുതായിരിക്കുന്നു എന്നർഥം. അതിനാൽ കളിപ്പാട്ടത്തിന് $\frac{4000}{64} = 62.5$ ഗ്രാം ഭാരമേ ഉണ്ടാവൂ.

57. ത്രാസും കട്ടകളും

ചതുരക്കട്ടയുടെ ഉയരം a ആണെങ്കിൽ വ്യാപ്തം a^3 ആയിരിക്കും. അതിനാൽ ഇവിടെ ഓരോന്നിന്റേയും വ്യാപ്തം $6^3, 8^9, 10^3, 12^3$ ആണല്ലോ. കൂടാതെ,

$$6^3 + 8^3 + 10^3 = 12^3$$

അതിനാൽ ഉയരം 6,8,10 ആയ കട്ടകൾ ഒരുതട്ടിലും ഉയരം 12 ഉള്ള കട്ട മറു തട്ടിലും വയ്ക്കുക. ത്രാസ് സമതുലിതാവസ്ഥയിലാകും.

58. ശതമാനത്തിന്റെ കാര്യം

$\frac{1}{2}$ ന്റെ - % ആണ് $\frac{1}{3}$

അതായത്

$\frac{3}{6}$ ന്റെ % ആണ് $\frac{2}{6}$

അതായത് 3ൽ 2. അതായത് $66\frac{2}{3}\%$

59. എത്ര ശതമാനം

50 ന്റെ 30% = 50 x $\frac{30}{100}$ = 15

ഇത് മറ്റൊരു സംഖ്യയുടെ 6% ആണ്. അപ്പോൾ ആ സംഖ്യയുടെ

1% = 2.5

100% = 250

അതായത് ആവശ്യപ്പെട്ടിരിക്കുന്ന സംഖ്യ 250 ആണ്.

60. മാന്ത്രിക ചതുരത്തിനുള്ളിലെ സംഖ്യകൾ

ഒരുത്തരം കൊടുത്തിരിക്കുന്നു. ഇനിയും ഉത്തരങ്ങൾ ഉണ്ടാവാം. ശ്രമിച്ചുനോക്കൂ.

1	15	14	4
12	6	7	9
8	10	11	5
13	3	2	16

61. രേഖകൾ മായ്ക്കുക

എടുത്തുമാറ്റേണ്ട രേഖകൾക്ക് മുകളിൽ R എന്ന് എഴുതിയിരിക്കുന്നു.

ആവശ്യപ്പെട്ട ചിത്രം ഇതാ ഇപ്രകാരമാകും:

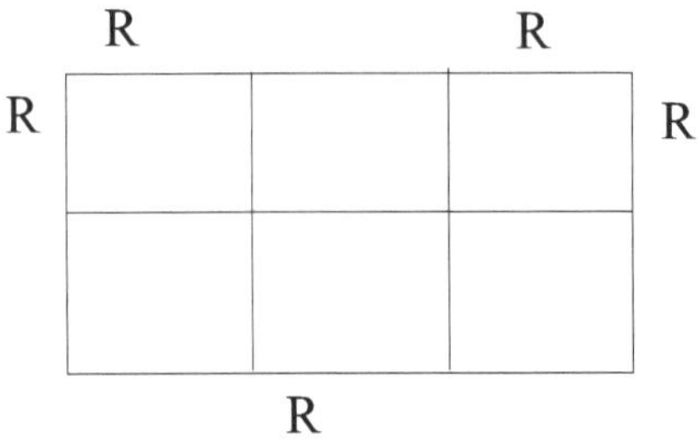

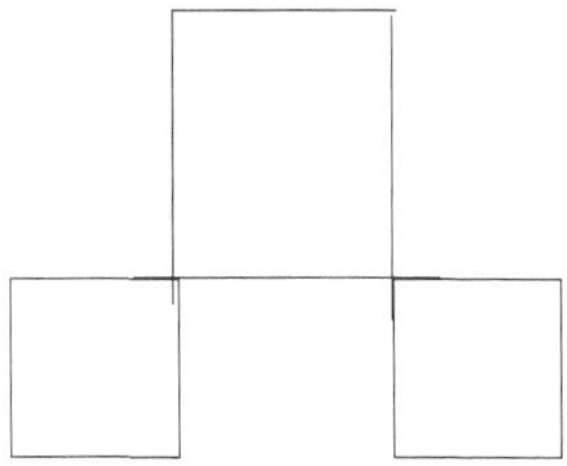

62. ശ്രീനിവാസ രാമാനുജൻ

ഈ സംഖ്യകളുടെ പ്രത്യേകത ഇപ്രകാരമാണ്

$153 = 1^3 + 5^3 + 3^3$

$370 = 3^3 + 7^3 + 0^8$

$371 = 3^3 + 7^3 + 1^3$

$407 = 4^3 + 0^3 + 7^3$

63. ഏതാണ് വലുത്?

രണ്ടും തുല്യമാണ്

64. സംഖ്യയും തുകയും

ഇവിടുത്തെ ഉദാഹരണം തന്നെ എടുക്കാം.

72603294

51273081

ഇതിനോട് 48726918 കൂട്ടിയാൽ

172603293 കിട്ടും.

മൂന്നാമതായി തെരഞ്ഞെടുക്കുന്ന സംഖ്യയിലെ ഓരോ അക്കവും രണ്ടാമത്തെ സംഖ്യയിലെ സംഗത അക്കവും തമ്മിൽ കൂട്ടിയാൽ 9 കിട്ടത്തക്കവിധം മൂന്നാമത്തെ സംഖ്യ തിരഞ്ഞെടുക്കുക.

ഉദാ:- $5 + 4 = 9$

$1 + 8 = 9$,....

ഇനി സങ്കലനഫലം. ആദ്യ സംഖ്യയോട് 100,0000,000 കൂട്ടി 1 കുറച്ചതായിരിക്കും.

മറ്റൊരുദാഹരണം:

	697 (ആദ്യ സംഖ്യ)
	582 (രണ്ടാമത്തെ സംഖ്യ)
അന്നേരം മൂന്നാമത്തെ	417
സംഖ്യ	1696 തുക

ഇവിടെ 3 അക്കസംഖ്യകളാകയാൽ ആദ്യ സംഖ്യയോട് 1000 കൂട്ടി 1 കുറച്ചാൽ തുക കിട്ടും.

65. ഏതു കൈയിൽ?

10 പൈസ നാണയം, 5 പൈസ നാണയം എന്നിങ്ങനെ പറഞ്ഞത് അല്പം ആലങ്കാരികമായാണ്. ഇരട്ട സംഖ്യ, ഒറ്റസംഖ്യ എന്നേ വിവക്ഷയുള്ളു. 50 പൈസ നാണയവും (ഇരട്ട), 25 പൈസ നാണയവും (ഒററ) ആയാൽ മതി. ഇതുപോലെ.

പത്തു പൈസ നാണയം (ഇരട്ട)

	വലതുകൈ	ഇടതുകൈ
വലതുകൈ (x 3)	ഒറ്റ x ഇരട്ട = ഇരട്ട	ഒറ്റ x ഒറ്റ = ഒറ്റ
ഇടതു കൈ (x 2)	ഇരട്ട x ഒറ്റ = ഇരട്ട	ഇരട്ട x ഇരട്ട = ഇരട്ട
	തുക: ഇരട്ട	തുക: ഇരട്ട

66. സയൻസ് ക്ലബ്ബ് അംഗത്വം

നൂറിൽ ഏറെ കുട്ടികൾ പരീക്ഷയ്ക്കു പങ്കെടുത്തുവെങ്കിലും 53 പേർ ഇപ്രകാരം എഴുതി ക്ലബ്ബ് അംഗത്വം നേടി.

111 + 333 + 500 + 077 + 090 = 1111

67. ഇരുപത്

ക്രമബദ്ധമായി മുന്നോട്ടു പോയാൽ മാത്രമേ എല്ലാ 11 നിർധാരണങ്ങളും കിട്ടുകയുള്ളു. ഇതാ ഇങ്ങനെ:

13 + 1 + 1 + 1 + 1 + 1 + 1 + 1 = 20

11 + 3 + 1 + 1 + 1 + 1 + 1 + 1 = 20

9 + 5 + 1 + 1 + 1 + 1 + 1 + 1 = 20

9 + 3 + 3 + 1 + 1 + 1 + 1 + 1 = 20

7 + 7 + 1 + 1 + 1 + 1 + 1 + 1 = 20

7 + 5 + 3 + 1 + 1 + 1 + 1 + 1 = 20

7 + 3 + 3 + 3 + 1 + 1 + 1 + 1 = 20

5 + 5 + 5 + 1 + 1 + 1 + 1 + 1 = 20

5 + 5 + 3 + 3 + 1 + 1 + 1 + 1 = 20

5 + 3 + 3 + 3 + 3 + 1 + 1 + 1 = 20

3 + 3 + 3 + 3 + 3 + 3 + 1 + 1 = 20

68. കാറിന്റെ വേഗം എത്ര?

രണ്ടു മണിക്കൂർ കൂടി കാർ ഓടി. അന്നേരം ആദ്യ അക്കം മാറുകയില്ല. അതായത് 15951 ലെ ആദ്യ അവസാന അക്കങ്ങൾ ആയ 1 തന്നെയാണ് പുതിയ സംഖ്യയിലെ ആദ്യത്തെയും അവസാനത്തെയും അക്കങ്ങളും. രണ്ടാമത്തെയും നാലാമത്തെയും അക്കങ്ങൾ പുതിയ സംഖ്യയിൽ 6 ആകും. അതായത് ഓഡോമീററിൽ രണ്ടു മണിക്കൂർ കഴിഞ്ഞ് പ്രത്യക്ഷപ്പെട്ടേക്കാവുന്ന സംഖ്യയുടെ മധ്യ അക്കം മാത്രമേ ഇനി കണ്ടുപിടിക്കേണ്ടതായുള്ളൂ. അത് 0,1,2,.... എന്നിവയിൽ ഏതെങ്കിലും ആണെങ്കിൽ കാർ 110, 210, 310,... കിലോമീററർ ദൂരം 2 മണിക്കൂറിൽ യാത്ര ചെയ്തിരിക്കും. വളവും തിരിവും മററുമുള്ള വഴിയെന്നല്ലെ പറഞ്ഞത്. അതിനാൽ 110 ആയിരിക്കും ഈ ദൂരം. അതിനാൽ മണിക്കൂറിൽ 55 കി.മീ വേഗതിതൽ കാർ സഞ്ചരിച്ചിരിക്കും. ഓഡോമീററിലെ പുതിയ സംഖ്യ 16061.

69. ഏത് ചിഹ്നം?

ദശാംശബിന്ദു, സംഖ്യ 2.3 ഇതിന്റെ മൂല്യം 2 ൽ കൂടുതലും 3 ൽ കുറവും ആണല്ലോ.

70. ആ സംഖ്യ ഏത്?

ഒരേ അക്കങ്ങളുള്ള രണ്ടക്ക സംഖ്യകൾ 11, 22, 33, 44, 55, 66, 77, 88, 99 ഇവ ആണല്ലോ. ഇവയെ 99 കൊണ്ടു ഗുണിച്ചാൽ

99 x 11 = 1089

99 x 22 = 2178

99 x 33 = 3267

99 x 44 = 4356

99 x 55 = 5445

99 x 66 = 6534

99 x 77 = 7623

99 x 88 = 8712

99 x 99 = 9801

മൂന്നാമത്തെ (പത്തിന്റെ സ്ഥാനത്തെ) അക്കം 5 ആണ് എന്നു തന്നിരിക്കുന്നു. അതിനാൽ ആവശ്യപ്പെട്ട ഗുണനഫലം 4356 ആണെന്നു കാണാം. മുകളിലെ പട്ടിക നോക്കാതെ തന്നെ ഇതിനുത്തരം കാണാവുന്നതാണ്.

1. ഒന്നും മൂന്നും സ്ഥാനങ്ങളിലെ സംഖ്യകളുടെ തുക 9. അപ്പോൾ, മൂന്നാം സ്ഥാനത്തുള്ള അക്കം 5 ആണെങ്കിൽ ഒന്നാം സ്ഥാനത്ത് 4 ആയിരിക്കുമല്ലോ.

2. രണ്ടാം സ്ഥാനത്തുള്ള സംഖ്യ ഒന്നാം സ്ഥാനത്തുള്ള സംഖ്യയിൽ നിന്ന് 1 കുറഞ്ഞതാണ്. അപ്പോൾ ഇവിടെ രണ്ടാം സ്ഥാനത്തുള്ള സംഖ്യ 3. കൂടാതെ രണ്ടാം സ്ഥാനത്തും നാലാം സ്ഥാനത്തും ഉള്ള സംഖ്യകളുടെ തുകയും 9 ആയിരിക്കും. അതിനാൽ ഇവിടെ നാലാം സ്ഥാനത്തുള്ള സംഖ്യ 6. അങ്ങനെ ആവശ്യപ്പെട്ട സംഖ്യ 4356 എന്നു കിട്ടും.

71. ശരാശരിയുടെ ശരി

അമ്മ പറഞ്ഞതായിരുന്നു ശരി. ദിവസം ശരാശരി 20 പേജ് വെച്ച് ടൈപ്പ് ചെയ്തുതീർക്കണമെങ്കിൽ കൈയെഴുത്തു പ്രതിയുടെ അവസാന ഭാഗങ്ങൾ ഒട്ടും സമയം എടുക്കാതെ മകൾ ടൈപ്പ് ചെയ്തു തീർക്കണമായിരുന്നു. ആകെ 1200 പേജായിരുന്നു ടൈപ്പു ചെയ്യാനുണ്ടായിരുന്നതെന്നു കരുതി, നിങ്ങൾ കണക്കാക്കി ബോധ്യപ്പെടൂ.

72. ഏകരണ്ടക്കസംഖ്യ

64

കാരണം $8^2 = 64 = 4^3$

73. സൈക്കിൾകാരനും മുട്ടയും

2, 3, 4, 5, 6, ഇവയുടെ ല. സാ. ഗു. 60 ആണല്ലൊ

$60n + 1 = (7 \times 8n) + 4n + 1$

$(60n + 1)$ നെ 7 കൊണ്ട് ഹരിക്കണമെങ്കിൽ $(4n + 1)$ നെ 7 കൊണ്ട് ഹരിക്കുവാൻ സാധിക്കണമല്ലൊ. ഈ നിബന്ധന തൃപ്തിപ്പെടുത്തുന്ന n ന്റെ ഏറ്റവും കുറഞ്ഞ മൂല്യം 5 ആണ്. അതായത് അയാളുടെ കുട്ടയിൽ $60 \times 5 + 1 = 301$ മുട്ടകൾ ഉണ്ടായിരുന്നു.

74. ഒരു പ്രത്യേക സംഖ്യ

7, 8, 9 ഇവ കൊണ്ടു ഹരിക്കാവുന്ന മൂന്നക്ക സംഖ്യ തന്നെയാണ് ഉത്തരം. അതായത് 7, 8, 9 എന്നീ സംഖ്യകളുടെ ല. സാ. ഗു ആയ 504 ആണ് ഈ സംഖ്യ. ചോദ്യത്തിലെ ട്രിക്ക് എന്തെന്ന് പരിശോധിച്ച് ബോധ്യപ്പെടൂ.

75. എന്ന് കരയ്ക്കടുക്കും?

4, 8, 12, 16 ഇവയുടെ ല. സാ. ഗു 48 ആണല്ലോ. അതിനാൽ 48 ആഴ്ചകൾ കഴിഞ്ഞ് 1953 ഡിസംബർ 4 ന് 4 കപ്പലുകളും അതേ തുറമുഖത്തു തന്നെ വരും.

76. ഏക മൂന്നക്കസംഖ്യ

729

കാരണം $27^2 = 729 = 9^3$

77. സ്കൂളിൽ എത്തൽ

അമ്പലനടയിൽ നിന്ന് ശ്മശാനത്തിലേക്കുള്ള ദൂരം ആകെ ദൂരത്തിന്റെ $\frac{1}{3} - \frac{1}{4} = \frac{1}{12}$ ഭാഗമാണ്. ഇത്രയും ദൂരം നടക്കുവാൻ കുമാരൻ 5 മിനിട്ട് സമയം എടുക്കുന്നു.

അന്നേരം വീട്ടിൽ നിന്നിറങ്ങി സ്ക്കൂളിൽ നടന്ന് എത്തുവാൻ എടുക്കുന്ന സമയം ഒരു മണിക്കൂർ. ഇതിൽ നാലിൽ ഒന്ന് 15 മിനിട്ട്. കുമാരൻ രാവിലെ 7.15 ന് വീട്ടിൽ നിന്നിറങ്ങുന്നു. സ്കൂളിൽ 8.15 ന് എത്തുകയും ചെയ്യും.

78. മൂന്നക്കസംഖ്യ

194

79. കുട്ടികളും പട്ടികളും

രണ്ടുമൂന്നു സാധ്യതകൾ പരീക്ഷിച്ചു നോക്കി, ഉത്തരം പൂർണ സംഖ്യയായിരിക്കണമല്ലോ.

ആകെ തല 21 ആയതിനാൽ ആകെ 21 അംഗങ്ങളുണ്ട് മുറ്റത്ത് - ഇരുകാലികളും നാൽക്കാലികളും അടക്കം. 11 കുട്ടികളും 10 പട്ടികളും ആണെങ്കിൽ 22 + 40 = 62 കാലുകൾ ആകും. അതുപോര, വീണ്ടും മകൻ ശ്രമം തുടർന്നു. 7 കുട്ടികളും 14 പട്ടികളും ആണെങ്കിൽ 70 കാലുകൾ മുറ്റത്തുണ്ട് എന്നാകും. അതാണ് ശരിയുത്തരവും.

ഇതുതന്നെ ബീജഗണിതം ഉപയോഗിച്ച് നർധാരണം ചെയ്യാം:

കുട്ടികളുടെ എണ്ണം $= x$

പട്ടികളുടെ എണ്ണം $= y$

എന്നും ഇരിക്കട്ടെ.

ആകെ തലകൾ $= 21$

$$\therefore x + y = 21 \quad ....(1)$$

ആകെ കാലുകൾ $= 70$

$$\therefore 2x + 4y = 70 \quad ......(2)$$

(1), (2) ഇവയിൽ നിന്ന് $x = 7, y = 17$ കിട്ടും. അതായത് 7 കുട്ടികളും 17 പട്ടികളും എന്നർഘം.

80. ക്ലോക്കിനെ ഭാഗിക്കൽ

ചിത്രത്തിൽ ഡയലിനെ (12, 1); (11, 2); (10, 3); (9, 4); (8, 5); (7, 6) എന്നിങ്ങനെ ആറ് ഭാഗങ്ങളാക്കി വിഭജിച്ചിരിക്കുക. ഓരോ വിഭാഗത്തിലും 13 ആണ് തുക. അതുപോലെ 3 ഭാഗങ്ങളാക്കി വിഭജിക്കുവാൻ ശ്രമിക്കൂ. ഇവിടെ തുക 26 ആയിരിക്കും എന്ന സൂചന കൂടി തരാം.

81. ശരിയുത്തരം എത്ര?

14 എണ്ണം ശരിയായിരുന്നു. അന്നേരം 70 മാർക്കുണ്ടല്ലോ. 10 എണ്ണം തെറ്റിയപ്പോൾ 70 മാർക്ക് കുറയും. അവസാനം പൂജ്യം മാർക്ക് കിട്ടി.

82. വരന്റെ ശമ്പളം

2520 രൂപ

83. ചതുരങ്ങൾ

ഇതാ ഇങ്ങനെ. എന്തെളുപ്പം അല്ലെ?

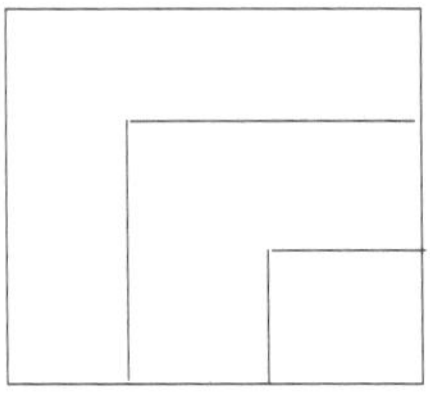

84. വലിയത് ഏത്?

താഴെയുള്ള ക്രിയ ശ്രദ്ധിക്കൂ:

$$\left(\sqrt[4]{4}\right)^{28} = \left(4^{1/4}\right)^{28} = 4^{7} = 2^{14} = 2^{7}\times 2^{7} = 128^{2}$$

$$\left(\sqrt[7]{7}\right)^{28} = \left(7^{1/7}\right)^{28} = 7^{4} = 7^{2}\times 7^{2} = 49^{2}$$

അതായത് 128^2, 49^2 എന്നിവയിൽ ഏതാണ് വലിയ സംഖ്യ എന്നു നോക്കിയാൽ മതിയല്ലോ. ഇതിൽ സംശയവും ഇല്ലല്ലോ.   ആണ് വലിയ സംഖ്യ

85. ചോദ്യങ്ങൾ കണ്ടുപിടിക്കാമോ?

കൂട്ടുകാരൻ 'വിചാരിച്ച' സംഖ്യ 860 ആണെന്നിരിക്കട്ടെ. (ഇക്കാര്യം ഇപ്പോൾ നിങ്ങൾക്കറിയുകയില്ലല്ലോ. കൂട്ടുകാരനേ അറിയൂ എന്ന കാര്യം മറക്കരുത്). നിങ്ങൾ ചോദിക്കേണ്ട 10 ചോദ്യങ്ങൾ ഇതാ:

1. 'വിചാരിച്ച സംഖ്യ 500-ൽ കൂടുതലാണോ?'

   - 'അതെ' (ഉത്തരം)

   (അന്നേരം 250 കൂട്ടുക. 500 ന്റെ പകുതിയാണല്ലോ 250)

2. '750 ൽ കൂടുതലാണോ?'

   - 'അതെ' (ഉത്തരം)

   (ഇപ്പോൾ 125 കൂട്ടുക)

3. ‘875 ൽ കൂടുതലാണോ വിചാരിച്ച സംഖ്യ?’

   - ‘അല്ല’ (ഉത്തരം)

(62 കുറയ്ക്കുക. 125 ന്റെ പകുതിയായ $62\frac{1}{2}$ യല്ല തൊട്ടടുത്ത ഇരട്ട സംഖ്യയാണ് കുറയ്ക്കേണ്ടത്)

4. 813 ൽ കൂടുതലാണോ?’

   - ‘അതെ’ (ഉത്തരം)

   (31 കൂട്ടുക)

5. ‘844 ൽ കൂടുതലാണോ?’

   - ‘അതെ’ (ഉത്തരം)

6. ‘860 ൽ കൂടുതലാണോ?’

   - അല്ല (ഉത്തരം)

7. ‘852 ൽ കൂടുതലാണോ?’

   - അതെ (ഉത്തരം)

   (4 കൂട്ടുക)

8. ‘856 ൽ കൂടുതലാണോ?’

   - അതെ (ഉത്തരം)

   (2 കൂട്ടുക)

9. ‘858 ൽ കൂടുതലാണോ?'

   - അതെ (ഉത്തരം)

   (1 കൂട്ടുക)

10. ‘859 ൽ കൂടുതലാണോ?’

   - അതെ (ഉത്തരം)

അന്നേരം കൂട്ടുകാരൻ വിചാരിച്ച സംഖ്യ 860 ആയിരിക്കും എന്നു പറയാമോല്ലെ.

86. ഇതിന് ഒന്നിലധികം നിർധാരണങ്ങൾ ഉണ്ട്. അവയിൽ ഒന്നിതാ. മറ്റുള്ളവ സ്വയം കണ്ടുപിടിക്കൂ.

6	1	8
7	5	3
2	9	4

87. ത്രികോണം

9, 5 എന്നീ സംഖ്യകൾ AB യിലും 4, 8 ഇവ BC യിലും 7,6 ഇവ CA യിലും എഴുതുക.

88. ഹരണഫലം

1 2 3 4 5 6 7 8 9

ഓർത്തിരിക്കുവാൻ പറ്റിയ സംഖ്യ തന്നെ

89. കള്ളികളിലെ സംഖ്യകൾ

20	1	12
3	11	19
10	21	2

90. ബൈൻഡിങ്ങ് കൂലി

ഒറ്റയടിക്ക് ബൈൻഡിങ്ങ് ചാർജ് 50 പൈസ എന്നേ തോന്നൂ. അന്നേരം പുസ്തകത്തിന് 2 രൂപയാകുമല്ലൊ വില. അതായത് ബൈൻഡിങ്ങ് ചാർജിനേക്കാൾ ഒന്നര രൂപയേ പുസ്തകത്തിന് ആകൂ.

ബൈൻഡിങ്ങ് കൂലി 25 പൈസയും പുസ്തക വില 2 രൂപ 25 പൈസയും എന്നതാണ് ശരി ഉത്തരം.

91. വക്കീൽ വീണ്ടും രംഗത്ത്

അല്പം കണക്കറിയാമെങ്കിൽ മകന്റെ പ്രായം അഞ്ച് വയസ്സ് എന്ന് കണ്ടക്ടർ കണക്കാക്കും. ബസ്സിൽ തിരക്കുമില്ലല്ലൊ.

എങ്ങനെ?

മകന്റെ പ്രായം x എന്നിരിക്കട്ടെ, അന്നേരം മകൾക്ക് $\frac{x}{5}$ വയസ്സായി.

ഭാര്യക്ക് 5x ഉം വക്കീലിന് 10x ഉം പ്രായമാണല്ലൊ. അന്നേരം മുത്തശ്ശി രംഗത്തു വരുന്നു. അതിനാൽ

$$\frac{x}{5} + x + 5x + 10x = 81$$

അതായത് മകന്റെ പ്രായം = 5 എന്നു കിട്ടും

92. വിരൽ, വർഷം, മാസം

$$10 \times 10 \div \frac{1}{2} + 12 = 212$$

93. ആ മൂന്നക്ക സംഖ്യ?

102

94. ആനയും കൊതുകും

തുല്യഭാരമുള്ള ആനയേയും കൊതുകിനേയും കണ്ടുപിടിക്കുക അസാധ്യം തന്നെ.

അന്നേരം?

അതെ, നമുക്കു തെററു പററി. ഈ കണക്കു ചെയ്യുമ്പോൾ സമവാക്യം (3) ൽ നിന്ന് (4) എഴുതിയപ്പോൾ പിശകുപറ്റി.

$a^2 = b$ ആണെങ്കിൽ $a = \pm b$ എന്നതാണ് ഗണിത നിയമം.

സാധാരണ '–' ചിഹ്നം കണക്കാക്കാറില്ല എന്നേയുള്ളു.

(3) ന്റെ നിർധാരണമായി,

$x - v = -(y - v)$

എന്ന് എഴുതി നോക്കൂ

അതായത് $x - v = -y + v$

$x + y = xv$

ഇത് സമീകരണം 1 തന്നെയല്ലെ?

ചിഹ്നങ്ങളുടെ കാര്യത്തിൽ അശ്രദ്ധ കാണിച്ചാൽ ഇതിലും വലിയ പമ്പര വിഡ്ഢിത്തങ്ങൾ ഗണിതത്തിൽ പിണയുമെന്നു മാത്രം.

95. എത്ര കുട്ടികൾ

മൂന്നു കുട്ടികൾ

96. മൂന്ന് തുടർസംഖ്യകൾ

$x, (x+1), (x+2)$ ഇവയാണ് മൂന്ന് തുടർ സംഖ്യകൾ എന്നു കരുതുക. ആദ്യത്തേതിന്റെ ഏഴിൽ ഒന്ന് $\frac{x}{7}$ ഉം മൂന്നാമത്തേതിന്റെ മൂന്നിൽ ഒന്ന് $\frac{(x+2)}{3}$ ഉം രണ്ടാമത്തേതിന്റെ പകുതിയിൽ നിന്ന് ഒന്നു കുറച്ചത് $\frac{(x+1)}{2}-1$ ഉം ആകയാൽ തന്നിരിക്കുന്ന നിബന്ധനപ്രകാരം

$$\frac{x}{7}+\frac{(x+2)}{3}=\frac{(x+1)}{2}-1$$

ഇത് നിർധാരണം ചെയ്യുമ്പോൾ x = 49 അതായത് 49, 50, 51 ഇവയാണീ സംഖ്യകൾ

97. കാമുകീകാമുകന്മാർ

72 നെ 3 കൊണ്ടു ഹരിച്ചാൽ 24. മൂന്ന് 24 ചേർന്നാൽ 72 എന്നർഥം. ഇതിൽ ഒരു 24 ൽ നിന്ന് 1 കുറച്ച്, മൂന്നാമത്തെ 24 ൽ കൂട്ടുക. അപ്പോൾ സംഖ്യകൾ 23, 24, 25. തുക 72 തന്നെ. രമയുടെ പ്രായം 23.

98. തവളച്ചാട്ടം

മൂന്നടി കയറി ഒരടി ഉരുസിവീഴുന്നു എന്നതിനാൽ ദിവസവും; ഫലത്തിൽ കയറുന്നത് വെറും, 2 അടി മാത്രം. ആദ്യത്തെ 9 ദിവസംകൊണ്ട് 18 അടി കയറും. അതായത് 13-ാം തീയതി രാവിലെ തവള 18 അടി ഉയരെ ആയിരിക്കും. അന്നു പകൽ 3 അടി കൂടി കയറുമ്പോൾ കരയിലെത്തും.

99. ഒറ്റ സംഖ്യകൾ

ഈ ഗുണധർമത്തോടു കൂടിയ തുടർച്ചയായ നാല് ഒറ്റ സംഖ്യകൾ 17, 19, 21, 23 ഇവയാണ്. ഇവയുടെ തുക 80 ആണല്ലോ.

ബീജഗണിതം ഉപയോഗിച്ച് ഈ പ്രശ്നം നിർധാരണം ചെയ്യാം.

$x, (x + 2), (x + 4), (x + 6)$ ഇവയാണ് തുടർച്ചയായ നാല് ഒറ്റ സംഖ്യകൾ എന്നിരിക്കട്ടെ, അന്നേരം

$x + (x + 2) + (x + 4) + (x + 6) = 80$

അതായത് $x = 17$

അന്നേരം ആവശ്യപ്പെട്ട ഒറ്റ സംഖ്യകൾ 17, 19, 21, 23 എന്നു വ്യക്തം:

എളുപ്പവഴി:

തുക 80 അല്ലെ. 80 നെ 4 കൊണ്ടു ഹരിക്കുക. ഫലം 20. 20 ന്റെ ഇരു വശത്തും (കുറഞ്ഞതും കൂടിയതുമായ) തൊട്ടടുത്ത് ഉള്ള ഈ രണ്ട് ഒറ്റ സംഖ്യകൾ എടുക്കുക: 17, 19, 21, 23

100. ഇരട്ട സംഖ്യകൾ

(2n - 2), 2n, (2n +2), (2n + 4) ഇവയാണ് തുടർച്ചയായ നാല് ഇരട്ട സംഖ്യകൾ എന്നിരിക്കട്ടെ. ചോദ്യപ്രകാരം.

$(2n - 2) + 2n + (2n + 2) + (2n + 4) = 72 + (2n - 2)$

അതായത് $n = 11$

അന്നേരം 20, 22, 24, 26 ഇവയാണ് തുടർച്ചയായ 4 ഇരട്ട സംഖ്യകൾ.

എളുപ്പവഴി:

ഏറ്റവും ചെറിയ ഇരട്ടസംഖ്യയെക്കാൾ 72 കൂടുതൽ എന്നല്ലെ ചോദ്യത്തിൽ പറഞ്ഞത്. അടുത്ത മൂന്ന് ഇരട്ട സംഖ്യകളുടെ തുകയാണ് 72 എന്നർത്ഥം. 72 നെ 3 കൊണ്ടു ഹരിക്കുക. ഫലം 24. 24 ന് ഇരുവശത്തും ഉള്ള മറ്റു രണ്ട് ഇരട്ട സംഖ്യകൾ കൂടി എഴുതുക: 22, 26. അപ്പോൾ 72 കിട്ടുവാൻ 22, 24, 26 ആണ് ഇരട്ട സംഖ്യകൾ. ഇനി ചോദ്യത്തിനുത്തരം 20, 22, 24, 26 എന്നു പറയുവാൻ ആലോചിക്കേണ്ടതില്ലല്ലോ.

101. ജ്യാമിതിയിലെ തത്ത്വം

AB = BE = 2 സെമീ (വ്യാസാർധം)

EF BG എന്ന ദീർഘചതുരത്തിൽ

BE = GF (കർണങ്ങൾ)

അതുകൊണ്ട്

GF = 2 സെമീ = AB

102. ഇരട്ട പ്രസവം

പ്രശ്നം സങ്കീർണമെന്നു തോന്നിയാലും ഉത്തരം എളുപ്പത്തിൽ തന്നെ കിട്ടി.

വിധവയായ സ്ത്രീക്ക്	10,000 രൂപ
ആൺകുട്ടിക്ക്	20,000 രൂപ
പെൺകുട്ടിക്ക്	5,000 രൂപ

പെൺകുട്ടിക്കു കിട്ടിയതിന്റെ ഇരട്ടിയും ആൺകുട്ടിക്കു കിട്ടിയതിന്റെ പകുതിയും ആ സ്ത്രീക്കു കിട്ടിയല്ലോ..

103. അച്ചടിപ്പിശാച്

$2^5 \times 9^2$ ആണ് ഈ സംഖ്യ. ഇതിനുപകരം 2592 എന്ന് അച്ചടിച്ചുവന്നു. പക്ഷേ

$$2^5 \times 9^2 = (2 \times 2 \times 2 \times 2 \times 2) \times (9 \times 9)$$

$$= 32 \times 81$$

$$= 2592$$

അതുകൊണ്ട് അർഥവ്യത്യാസം വരികയില്ലല്ലോ. ഇത്തരം മറ്റു സംഖ്യകൾ ഉണ്ടോ?

104. മാങ്ങവീതിക്കൽ

നാലുകുട്ടികൾക്ക് ഓരോ മാങ്ങ വീതം കൊടുക്കുക. അവശേഷിക്കുന്ന അഞ്ചാമത്തെ കുട്ടിക്ക് മാങ്ങ കൂടയിൽ ഇട്ട് കൊടുക്കുക. എത്ര നിസ്സാരം അല്ലെ?

105. തിരഞ്ഞെടുപ്പ്

ജയിച്ച സ്ഥാനാർത്ഥിക്കു x വോട്ടുകൾ ലഭിച്ചു എന്നിരിക്കട്ടെ. അന്നേരം,

$$x + (x - 22) + (x - 30) + (x - 73) = 5219$$

$$x = 1336$$

ജയിച്ച സ്ഥാനാർഥിക്കു ലഭിച്ച വോട്ട്	=	1336
രണ്ടാമത്തെ ആൾക്ക് ലഭിച്ചത്	=	1314
മൂന്നാമത്തെ ആൾക്ക് ലഭിച്ചത്	=	1306
നാലാമത്തെ ആൾക്ക് ലഭിച്ചത്	=	1263

106. ആ സംഖ്യ

ബീജഗണിതതത്ത്വങ്ങൾ വഴി ഇത്തരം പ്രശ്നങ്ങൾ നിർധാരണം ചെയ്യാവുന്നതാണ്.

ആവശ്യപ്പെട്ട സംഖ്യ x എങ്കിൽ

$$\frac{x}{6} \times \frac{x}{8} = x$$

അതായത്, x = 48

107. നാല് എത്ര?

ചോദ്യത്തിന്റെ അർഥം ആദ്യം മനസ്സിലാക്കുക. ഒരേ ഇനത്തിൽ, ഒരിക്കലും 3 = 5 ആവാൻ പറ്റില്ലല്ലോ. ഇതപ്പോൾ രണ്ടിനങ്ങളെ ബന്ധിപ്പിക്കുന്നതാണ്. ഒരിനത്തിലെ 5 എണ്ണം മറ്റൊരിനത്തിലെ 5 എണ്ണത്തിനു തുല്യമാണെന്ന് അർഥമാക്കുക. എങ്കിൽ, ആദ്യ ഇനത്തിലെ 4 രണ്ടാം ഇനത്തിലെ എത്രയ്ക്കു തുല്യം എന്നാണ് ചോദ്യം. സംഖ്യകളുടെ അനുപാതത്തെ സംബന്ധിക്കുന്ന പ്രശ്നമായെടുക്കാം.

3 : 5 = 4 : ? എന്നാക്കി ചോദ്യം പകർത്തുക. ഇനി എളുപ്പമല്ല.

[അങ്ങനെയല്ലെങ്കിൽ 3 ന് 5 വില; 4 ന് എന്തു വില എന്നു സ്വയം ചോദിക്കുക. ചെയ്യരുതോ?]

ഉത്തരം : $\frac{20}{3}$

108. കൂട്ടുമ്പോൾ ഒരേ ഒരു തുക

C എന്ന കോളത്തിൽ നിന്ന് 9 എടുത്ത് Aയിൽ ചേർക്കുക. അന്നേരം

A	B	C
1		
2	4	
3	5	7
9	6	8
15	15	15

109. തുക ഒന്നാക്കാമോ?

9 എന്നെഴുതിയ തുണ്ട് തിരിച്ചിട്ട് (അതപ്പോൾ 6 ആകും) 8 എന്നെഴുതിയ തുണ്ടുമായി പരസ്പരം മാറ്റുക. അന്നേരം തുക 18 ആകുന്നു.

110. ജോഡികൾ

14 x 82 = 41 x 28

13 x 93 = 31 x 39

23 x 64 = 32 x 46

34 x 86 = 43 x 68

111. കാരണം പറയുക

എല്ലാ ഉദാഹരണത്തിലും 1 2 3 4 5 6 7 9 നെ 9 കൊണ്ട് ഗുണിക്കുന്നുണ്ടല്ലൊ. എന്നാൽ

$$\begin{array}{r} 12345679 \\ \underline{9} \\ 111111111 \end{array}$$

ആണല്ലൊ. ഈ ഫലത്തെയാണ് നാം തിരഞ്ഞെടുക്കുന്ന 'ഒരക്ക' സംഖ്യകൊണ്ട് ഗുണിക്കുന്നത്. ഇനി വിശദീകരണം വേണ്ടല്ലൊ.